Niliona Moto Kutoka Mbinguni

Kutoka Jihad hadi Yesu - Utiifu Chini ya Moto

Nyaraka Zilizo Hai – Mfululizo wa Ibada wa Siku 40 | Kitabu cha 3

Kwa

Nabii Isa El- Buba ; Zacharias Godseagle
;
Amb . MO Ogbe ;
C . Ladi Ogbe ;

Table of Contents

HAKI MILIKI © UKURASA

Niliona Moto Kutoka Mbinguni
Kutoka Jihad hadi Yesu - Utiifu Chini ya Moto
Nyaraka Zilizo Hai - Mfululizo wa Ibada wa Siku 40 |
Kitabu cha 3

WAANDISHI
Nabii Isa El- Buba
Zacharias Godseagle
Balozi Monday O. Ogbe
Comfort Ladi Ogbe

MCHAPISHAJI
Zacharias Godseagle na Huduma za Godseagle Imechapishwa na: **Zacharias Godseagle**
Wasiliana - https://www.otakada.org
ambassador@otakada.org
Simu/SMS +13024922440;
WhatsApp +2348032835348

KANUSHO

Kitabu hiki kinatoa ushuhuda ulioandikwa, safari ya huduma, na uzoefu wa kiroho wa Nabii Isa El- Buba kama ulivyoshirikiwa hadharani katika mahojiano, mahubiri, na kumbukumbu za huduma. Ingawa maisha yake yana matukio ya kusisimua, masimulizi ya mateso, na madai ya ajabu, kazi hii haimfanyi mtu kuwa mtakatifu wala haimpi mtu yeyote wa kibinadamu kama kiwango cha ukweli.

Maandiko pekee yanabaki kuwa mamlaka ya mwisho kwa imani na mwenendo.

Wakati wowote maisha, desturi ya huduma, au uamuzi wa kibinafsi unaposhindwa kufikia ulinganifu wa kibiblia, upotovu kama huo haukubaliwi au kuhalalishwa na chapisho hili. Kusudi letu si kukuza makosa, kutetea utu, au kukuza ibada ya shujaa.

Kazi hii inawaelekeza wasomaji kwa Kristo — si kwa mwanadamu.

Msisitizo wa kitabu hiki ni mabadiliko kupitia utii kwa Yesu Kristo, utakatifu wenye nidhamu, utii kwa Maandiko, na uvumilivu mwaminifu. Maisha ya mtumishi yeyote wa Mungu yanawasilishwa tu iwapo yanaonyesha kujisalimisha, uvumilivu, toba, nidhamu ya kiroho, na uaminifu wa agano.

Wasomaji wanahimizwa:

• Jaribu mambo yote kwa Maandiko

• Shikilia yaliyo mema • Kataa yale yanayopingana na Neno la Mungu • Mfuate Kristo juu ya utu wote

Lengo la *Niliona Moto Kutoka Mbinguni* si sifa, bali ni malezi.

Sio msisimko, bali utakaso.

Sio kuinuliwa kwa utu, bali mabadiliko yanayomlenga Kristo.

Mbingu hufurahi juu ya mtu anayetubu na kutembea kwa uaminifu.

Huyo na awe wewe.

TAARIFA YA MAANDIKO

Isipokuwa imeonyeshwa vinginevyo, nukuu za Maandiko zimechukuliwa kutoka kwa tafsiri za Kiingereza zinazotumika sana. Msisitizo umeongezwa katika sehemu za uwazi na umakini wa ibada.

TAARIFA ZA UCHAPISHAJI
Imechapishwa Marekani
Toleo la Kwanza

KUHUSU KITABU - Niliona Moto Kutoka Mbinguni

Kutoka Jihad hadi Yesu - Utiifu Chini ya Moto

Nyaraka Zilizo Hai - Mfululizo wa Ibada wa Siku 40 | Kitabu cha 3

Nini kitatokea wakati moto unaposhuka kutoka mbinguni — na moyo mmoja tu unatubu?

Hiki ni Kitabu cha 3 katika *Nyaraka Zilizo Hai - Mfululizo wa Ibada wa Siku 40* , mkusanyiko wa mabadiliko ulioundwa sio kuhamasisha hisia, bali kuunda waumini wenye nidhamu na maagano.

Alizaliwa katika malezi madhubuti ya Kiislamu na kufunzwa chini ya mamlaka ya kidini yenye heshima, Maisha ya **Nabii Isa El- Buba** yaliumbwa na nidhamu, imani, na utii wa kurithi. Mshauri wake alimfundisha kwa undani — ikiwa ni pamoja na mazoea ya kiroho na kujitolea kwa dhati.
Kisha kila kitu kikaingiliwa.
Aliona moto ukimpiga mshauri wake kutoka mbinguni. Alionyeshwa kuzimu. Aliona mbingu - mji wa dhahabu wenye uzito wa milele. Alinusurika majaribio ya mauaji. Risasi ziliingia mwilini mwake. Chuma kilimpiga fuvu. Alidhaniwa amekufa - lakini amehifadhiwa. Rais alipanga uokoaji wa kimatibabu. Madaktari walithibitisha: hakuna uharibifu wa kudumu.
Lakini vita kubwa zaidi haikuwa ya kimwili.
Ilikuwa utii.
Kukata tamaa na unafiki karibu kumrudisha nyuma — hadi mkutano mmoja wa maamuzi ulipobadilisha kila kitu:
"Tumeenda mbali sana. Imechelewa sana kurudi nyuma."

Huu Sio Ushuhuda Tu.
Ni safari ya malezi.
Kikiwa kimeundwa kama Njia ya Nidhamu ya Kimkakati ya Siku 40, kitabu hiki kinawaongoza wasomaji kupitia:

- Kuweka utii wa kipekee
- Kujenga upya muundo wa kiroho
- Kukabiliana na unafiki
- Kuvumilia mateso
- Kulinda utakatifu
- Kuishi kimkakati katika mazingira yaliyogawanyika
- Agano la kufunga
- Kukubali kazi ya Mungu

Sehemu ya I inatoa simulizi la moto, mateso, uhifadhi, na agizo.
Sehemu ya II inakuongoza kupitia mchakato wa mabadiliko wa siku 40 wenye nidhamu ili usisome hadithi tu — uishi mabadiliko.

Kitabu hiki hakidhihaki Uislamu.
Hakitukuze vurugu. Hakifanyi uzoefu kuwa wa kusisimua.
Inawaita waumini kwenye Ukristo mzito na uliopangwa.
Mbingu haipimi wingi wa watu.
Mbingu hufurahi juu ya mmoja.
Kuwa hivyo.
Mbele pekee.

Kitabu Hiki Ni Kwa Ajili ya Nani?

Kitabu hiki kimeandikwa kwa ajili ya:

Waumini Wakristo wanaotamani nidhamu ya kina, imani halisi, na maisha yanayoakisi Maandiko zaidi ya utendaji.
Wasomaji wenye asili ya Kiislamu wanaotafuta uchunguzi wa kweli wa matukio ya kiroho, imani, na utii.
Hadhira ya dini mbalimbali inayopendezwa na hadithi za kweli za kusadikika, mabadiliko, na mabadiliko ya kidini.
Watafutaji wa malezi ya kiroho wanaotamani ukuaji uliopangwa, nidhamu ya kila siku, na utii wa vitendo.
Wale wanaotafuta maana — wanaohisi uzito wa imani iliyorithiwa, migogoro ya ndani, au maswali ya kiroho yasiyojibiwa.

Kama umewahi kupambana na uaminifu, utambulisho, imani, au kusudi, kitabu hiki kinazungumza nawe moja kwa moja.
Hii si hadithi ya uongofu tu.
Ni safari ya utii.
Na inauliza swali moja:
Wewe ni wa nani?

Nyaraka Zilizo Hai - Mfululizo wa Ibada wa Siku 40
Mfululizo wa *Nyaraka Zilizo Hai* haukuandikwa kwa ajili ya msukumo pekee.
Imeandikwa kwa ajili ya malezi.

Katika kila kizazi, kuna waumini wanaompenda Mungu kwa dhati — lakini hawana muundo. Shauku bila nidhamu hufifia. Uzoefu bila uvumilivu huanguka. Utiifu bila agano hupotea. Mfululizo huu umeundwa ili kukabiliana na udhaifu huo. Kila kitabu katika mkusanyiko wa Nyaraka Zilizo Hai kinafuata muundo wa sehemu mbili:

Sehemu ya I - Simulizi ya Kweli ya Utiifu Uliojaribiwa
Simulizi halisi ambapo imani inapingwa, inakabiliwa, inasafishwa, na kuthibitishwa chini ya shinikizo.

Sehemu ya Pili - Safari ya Kuunda Kimkakati ya Siku 40
Njia inayoongozwa ya kujitolea, kutafakari, toba, maombi, nidhamu, na uanzishaji — iliyoundwa ili kuleta mabadiliko, si pongezi.
Huu si Ukristo wa kawaida.
Huu ni utii uliopangwa.

Kila kitabu kinazungumzia mwelekeo tofauti wa malezi ya kiroho:

- Utambulisho uliowekwa
- Uvumilivu chini ya moto
- Utakatifu kama ulinzi
- Ushawishi wa kimkakati
- Ahadi ya agano
- Tume na urithi

Lengo ni rahisi:

Kutoa waumini ambao si wasikilizaji tu — bali nyaraka zilizo hai.

Shalom!

Zacharias Godseagle ; Amb MO Ogbe ; C. Ladi Ogbe
Huduma za Tai wa Mungu

https://www.otakada.org
ambassador@otakada.org

KIFUNGUO CHA JAMBO LA JAMBO LA NYUMA LA KURUDI KWENYE BEGI LA KARATASI

Aliona moto ukishuka kutoka mbinguni…

Nabii Isa El- Buba, aliyezaliwa katika malezi madhubuti ya Kiislamu na kufunzwa chini ya mamlaka ya kidini yenye kuheshimiwa, yaliumbwa kwa nidhamu, imani, na utii wa kurithi. Mshauri wake alimfundisha kwa undani — ikiwa ni pamoja na mazoea ya kiroho na kujitolea sana.
Kisha kila kitu kikaingiliwa.
Aliona moto ukimpiga mshauri wake kutoka mbinguni.
Alionyeshwa kuzimu.
Aliona jiji la dhahabu la mbinguni. Alinusurika majaribio ya mauaji. Risasi ziliingia mwilini mwake. Alidhaniwa amekufa — lakini amehifadhiwa. Rais alipanga uokoaji wa kimatibabu. Madaktari walithibitisha: hakuna uharibifu wa kudumu.
Lakini vita kubwa zaidi haikuwa ya kimwili.
Ilikuwa utii.
Katika kitabu cha *"Niliona Moto Kutoka Mbinguni* , " Kitabu cha 3 cha **Nyaraka Zilizo Hai - Mfululizo wa Ibada wa Siku 40** , safari ya Isa El- Buba kutoka uundaji wa Kiislamu wa kijeshi hadi Ukristo wa agano inakuwa zaidi ya ushuhuda - inakuwa mapambano.
Sehemu ya I inatoa simulizi ghafi la moto, mateso, na uhifadhi.
Sehemu ya Pili inakuongoza katika safari ya malezi ya siku 40 iliyopangwa ili kutoa imani yenye nidhamu, takatifu, na kudumu.
Mbingu hufurahi juu ya mmoja.

Kuwa hivyo.
Mbele pekee.

KUJITOA

Kwa wasomaji Wakristo
Kwa wasomaji wenye asili ya Kiislamu
Kwa hadhira ya dini mbalimbali
Kwa wasomaji wa malezi ya kiroho
Kwa wale waliopotea katika kutafuta maana
Kwa wale wanaochagua utii inapobidi.
Kwa akina mama wanaosali kimya kimya chini ya shinikizo.
Kwa waumini wanaovumilia bila makofi.
Kwa yule anayesimama peke yake wakati mbingu inaposogea.
Agano lako libaki bila kuvunjwa.

SHUKRANI

Kazi hii imejikita katika ushuhuda ulio hai, mahojiano yaliyoandikwa, mahubiri ya hadharani, na tafakari ya kitheolojia yenye nidhamu. Inachukua kutoka kwa masimulizi ya moja kwa moja yaliyoshirikiwa na Nabii Isa El- Buba , haswa mahojiano yaliyorekodiwa yaliyofanywa na kutolewa na **PrayerStormTV** , yanayopatikana katika:

https://youtu.be/2oo8tvizyZA

Dhoruba ya Maombi ni harakati ya ibada, maombi, na kufunga ambayo ipo ili kuamsha uamsho wa kiroho kwa kuinua jeshi la mashujaa wanaoomba. Kupitia mikusanyiko inayozingatia mikutano ya kimungu, Dhoruba ya Maombi huwaandaa waumini kukua katika ari, nidhamu, na maombezi ya kimkakati.

Tovuti: http://www.prayerstorm.org
Twitter: @PrayerStormUKInstagram:
@PrayerStormFacebook:
http://www.facebook.com/prayerstorm

Tunaishukuru PrayerStormTV kwa kuhifadhi na kutangaza ushuhuda katika mfumo ambao umewafikia maelfu ya watu duniani kote, na kwa kutoa sehemu ya marejeleo iliyoandikwa kwa vipengele vingi vya simulizi vinavyopatikana katika kitabu hiki.

Shukrani za ziada zinatolewa kwa vyanzo vingine vya mtandaoni na huduma ambapo sehemu za ushuhuda zilirekodiwa, kupangwa upya, na kushirikiwa hadharani kwa ajili ya kujengwa.
Tunatambua:

• Wanafamilia ambao maisha yao yanaonyesha mvutano na neema katika dini zilizogawanyika.
• Mama ambaye maisha yake ya maombi yalibadilisha mazingira kabla ya mapambano kuanza.
• Kaka mkubwa ambaye kukutana kwake chini ya tishio kulibadilisha mwelekeo wa kiroho wa familia.
• Baba ambaye mapambano yake ya ndani yanawakilisha vita vya kimya kimya vya imani ndani ya mila. • Viongozi waaminifu na wenzake waliosimama imara wakati wa mateso na uhifadhi. • Jumuiya ya Kiinjili ya Huduma za Kimataifa za Ufikiaji wa Biblia (EBOMI), ambayo wito wake wa kuwainua walinzi unaendelea kuathiri miji na mataifa. – https://www.ebomi.org

Kazi hii haitafuti kuinua utu bali kuandika safari ya utii. Kila ushuhuda uliojumuishwa hapa unawasilishwa kwa ajili ya kuwaelekeza wasomaji kwa Kristo — si kwa mwanadamu.

Na hatimaye, shukrani hutolewa kwa wasomaji walio tayari kuhama zaidi ya pongezi na kuingia katika malezi; zaidi ya udadisi na kuingia katika utakaso; zaidi ya msukumo na kuingia katika utii wenye nidhamu.
Mbingu hufurahi kwa mtu anayeitikia.
Na awe wewe.

SHUKRANI YA MCHAPISHI

Kitabu hiki kimechapishwa kama sehemu ya **Nyaraka Zilizo Hai - Mfululizo wa Ibada za Siku 40** , mpango wa uanafunzi unaojitolea kuunda waumini ambao imani yao si tu kwamba inakiriwa, bali pia inamwilishwa.

Mfululizo huo ulianza na ***Mtakatifu Augustine wa Hippo (354–430 BK): Kutoka Moyo Usiotulia hadi Maisha Yaliyoandikwa*** , ambayo ilifuatilia safari ya Augustine kutoka kwa msukosuko wa ndani hadi utii uliojisalimisha. Juzuu hiyo ya kwanza iliweka msingi wa imani ya kazi hii: kwamba Mungu anaendelea kuandika ukweli Wake kupitia maisha yaliyotolewa, na kwamba ushuhuda wa wanaume na wanawake waaminifu unabaki kuwa mafundisho hai kwa Kanisa la leo.

Juzuu ya kwanza katika mfululizo wa Nyaraka Zilizo Hai inapatikana hapa:
https://www.amazon.com/ST-AUGUSTINE-HIPPO-354-430-Devotional-ebook/dp/B0GJN8N9XS

Ukristo Tu, Ulioishi Kamilifu huendeleza maono haya kwa kugeukia maisha na mawazo ya **CS Lewis** , ambaye uongofu wake wa kusitasita na imani yake yenye nidhamu huzungumza kwa nguvu na akili ya kisasa. Ambapo Augustine alifunua moyo usiotulia, Lewis anakabiliana na utashi sugu—akiwaita waumini nje ya imani na kuwatii kila siku.
CS Lewis (1898-1963) - Ukristo Tu, Ulioishi Kamili: Kutoka Akili Isiyojali Hadi Maisha Yaliyobadilishwa (Nyaraka Zilizo Hai - Mfululizo wa Ibada wa Siku 40 | Kitabu cha Kitabu cha 2)

Kitabu pepe

https://www.amazon.com/Lewis-1898-1963-Mere-Christianity-Fully-ebook/dp/B0GKQ27F9N

Karatasi iliyofunikwa
https://www.amazon.com/Lewis-1898-1963-Mere-Christianity-Fully/dp/B0GM8YMXC3

Jalada gumu

https://www.amazon.com/Lewis-1898-1963-Mere-Christianity-Fully/dp/B0GM8WHXJL

Godseagle Ministries huchapisha mfululizo wa Nyaraka Zilizo Hai kwa agizo lililo wazi: kusimamia rasilimali zinazozingatia Maandiko ambazo hufunza mataifa, huimarisha Kanisa, na kuwaandaa waumini kuishi kwa kuonekana kama mabalozi wa Kristo. Tunaamini kwamba imani haitegemezwi na mawazo pekee, bali na maisha yaliyoumbwa kupitia ukweli, yanayojaribiwa na utii, na kuwezeshwa na Roho wa Mungu.

Kila kitabu katika mfululizo huu kinatolewa kwa maombi, kwa matumaini kwamba wasomaji hawatajifunza tu kutokana na yaliyopita, bali wataitikia wakati uliopo—kumruhusu Mungu kuendelea kuandika nyaraka zake zilizo hai kupitia maisha ya kawaida yaliyojisalimisha kwa makusudi Yake.

Tunamshukuru kila msomaji anayeingia katika safari hii, tukiamini kwamba Mungu yule yule aliyewabadilisha Augustine na Lewis bado anafanya kazi leo.

Majibu ya Wasomaji na Watazamaji

"Huu si ushuhuda tu - ni wito wa kuamsha Kanisa. Hufichua udhaifu bila kushambulia watu."

"Sijawahi kumsikia mpiganaji wa zamani akizungumza kwa uwazi na nidhamu kama hiyo kuhusu utakatifu na muundo. Hii ilinipa changamoto Ukristo wangu wa kawaida."

"Kilichonigusa zaidi haikuwa moto — ilikuwa uaminifu wake kuhusu kukaribia kurudi kwa sababu ya unafiki. Kiwango hicho cha uwazi ni nadra."

"Hadithi hii ilinifanya nijiulize kiwango changu cha kujitolea. Tunasema tuna nia njema, lakini je, tuna nidhamu?"

"Ukweli kwamba bado anahudumia jamii ambazo wanufaika wengi ni Waislamu unaonyesha ukomavu, si uchungu. Hilo linazungumza mengi."

"Alipoelezea kupigwa risasi na bado amesimama, niligundua kuwa uhifadhi una jukumu. Kuokoka si kisingizio cha faraja."

"Sehemu kuhusu kuona mbingu na bado kutojisalimisha mara moja ilikuwa ya kutuliza. Ufunuo pekee haukubadilishi."

"Muundo wa malezi wa siku 40 hufanya hili kuwa tofauti. Haukuachi msukumo — unahitaji mwitikio."

"Hii ni mojawapo ya simulizi zenye usawa zaidi za kubadilika kutoka Uislamu ambazo nimewahi kukutana nazo. Ni thabiti, lakini si za chuki."

"Mbingu hufurahi kwa moja - mstari huo pekee ulibadilisha jinsi ninavyoona mafanikio ya huduma."

"Kitabu hiki kina uzito. Hakionyeshi vurugu au kuzidisha uzoefu. Kinahitaji imani nzito na yenye nidhamu."

"Nilitarajia hadithi ya uongofu wa kusisimua. Nilichokipata ni wito wa agano na utakatifu."

"Msisitizo juu ya nidhamu ulinipa changamoto zaidi kuliko miujiza. Muundo hudumisha imani."

"Inakabiliana na unafiki bila kujitetea. Uaminifu huo unaifanya iwe ya kuaminika."

"Hii haikuandikwa ili kuchochea umati. Imeandikwa ili kuwajenga waumini."

DIBAJI

Kitabu hiki hakijaandikwa ili kukuvutia.
Imeandikwa ili kukukabili.
Hadithi unayokaribia kusoma ina moto, damu, mateso, maono, uingiliaji kati wa kitaifa, kukutana kiroho, na uhifadhi wa kimungu. Ina mvutano wa familia iliyogawanyika, ujasiri wa mama anayeomba, mgogoro wa kimya wa baba, kifo cha kaka karibu, na mabadiliko makubwa ya moyo wa kivita.
Lakini hii si rekodi ya miujiza ya kusisimua.
Ni utafiti wa utii.
Watu wengi wanavutiwa na hadithi za uongofu. Wengine wanavutiwa na uzoefu usio wa kawaida. Wengine wanavutiwa na masimulizi ya mateso. Lakini msisimko haulingani na mabadiliko. Hisia hazilingani na uvumilivu. Kukutana hakuzai utii kiotomatiki.
Kazi hii iliandikwa kwa uangalifu na kwa makusudi ili kuepuka msisimko bila malezi.
Sehemu ya kwanza inawasilisha simulizi — inayotokana na mahojiano yaliyoandikwa, mahubiri, na ushuhuda unaopatikana hadharani. Maelezo yamehifadhiwa si kwa ajili ya kumtukuza mtu bali kuonyesha kinachotokea wakati imani inapogongana na ufunuo.
Sehemu ya pili inatoa kile ambacho shuhuda nyingi hazina: muundo.
Siku arobaini za malezi ya kiroho yenye nidhamu. Sio nadharia. Sio tafakari isiyo wazi. Ushiriki uliopangwa. Maandiko kutoka Agano la Kale na Jipya. Masomo. Maswali. Maombi. Tamko. Vitendo.
Hii ni makusudi.
Kwa sababu hadithi zinaweza kukuchochea — lakini muundo unakutegemeza.
Simulizi la moto ukishuka kutoka mbinguni, mshauri aliyepiga, risasi zikiingia mwilini bila uharibifu wa kifo, uokoaji wa rais, na uthibitisho wa kimatibabu bila jeraha — haya hayajawasilishwa ili kuchochea hoja au hisia kali.

Yamerekodiwa kwa sababu ni sehemu ya ushuhuda ulioandikwa.
Hata hivyo, vita kuu haikuwa kamwe kuhusu kuishi.
Ilikuwa kuhusu utii.
Utii kwa imani iliyorithiwa.
Utii kwa mapokeo. Utii kwa kusadiki. Utii kwa Kristo.
Kiini cha kitabu hiki ni swali ambalo haliwezi kuepukika:
Ufunuo unapokabiliana na urithi — unafanya nini?
Kazi hii haidai ukamilifu kwa mhusika wake. Haionyeshi uzoefu kuwa mtakatifu. Maandiko yanabaki kuwa mamlaka ya mwisho. Pale ambapo maisha yoyote ya mwanadamu hayafikii mpangilio wa kibiblia, Maandiko yanasimama juu zaidi.
Kusudi la kitabu hiki ni la pekee:
Kuwaelekeza wasomaji kwa Kristo — na kuwaita katika utii wa nidhamu na wa agano.
Mbingu hufurahi kwa ajili ya mtu anayetubu.
Sio kwa ajili ya umati unaovutiwa na tamasha.
Ikiwa hata msomaji mmoja atatoka katika kurasa hizi akiwa na imani thabiti zaidi, utakatifu wa kina zaidi, nidhamu kubwa zaidi, na utii usioyumba kwa Yesu Kristo — basi kazi hii imetimiza kazi yake.
Soma kwa makini.
Tafakari kwa uaminifu.
Jibu kwa makusudi.
Mbele pekee.

DIBAJI

Moto wa Usiku Ulianguka

Nyumba haikuwa kimya.
Iliamriwa.
Dini katika nyumba hiyo haikuwa ya kawaida.
Ilikuwa muundo. Ilikuwa mamlaka. Ilikuwa urithi uliopitishwa kutoka kwa baba hadi kwa mwana bila makubaliano.
Baba hakuwa mtu mpole.
Alikuwa na nidhamu.Mcha Mungu.Hasa.Mtu aliyeumbwa na imani na ukali wa kijeshi.
Ndani ya nyumba hiyo hiyo, kitu kilikuwa tayari kimebadilika.
Kimya kimya.
Mama alikuwa amevuka mstari.
Hakuna tangazo.
Hakuna uasi. Hakuna mapumziko ya umma.
Bado alipika.
Bado alihudumia. Bado alimheshimu mumewe. Bado aliishi chini ya paa moja.
Lakini uaminifu wake ulikuwa umebadilika.
Na uaminifu unapobadilika, mazingira hubadilika — hata kama hakuna anayezungumza.
Muda si mrefu mwana mkubwa alianza kuhoji.
Imani haikurithiwa tena.
Ilichunguzwa.
Baba alihisi kabla ya kutangazwa.
Huhisi usaliti wakati utambulisho unapotishiwa.
Na siku moja, mvutano uliongezeka hadi ukawa vurugu.
Upanga uliinuliwa.
Sio ishara.
Chuma.
Alilelewa ili kumpiga mwanawe mwenyewe.
Lakini kabla ya blade kushuka, mwana hakuwa tena pale alipolenga.

Baadaye angesimulia kwamba alihamishwa kimwili —
akichukuliwa kutoka mahali hapo hadi eneo lingine la karibu.
Upanga ulishuka chini.
Lakini si juu yake.
Urithi ulikuwa umekatizwa.
Lakini huu ulikuwa mwanzo tu.
Kulikuwa na mshauri.
Imamu.
Kuheshimiwa. Kuaminika. Kuunda.
Mwanamume aliyemjengea nidhamu, aliyemfundisha
kujitolea, na kumfundisha katika mazoea ya kiroho ya kina
zaidi — ikiwa ni pamoja na ujuzi wa nguvu za kiroho na ibada
zilizofichwa.
Uaminifu kwa mshauri huyu haukuwa wa kawaida.
Iliundwa utotoni.
Na kisha mzozo ukaja.
Baadaye angeelezea waziwazi:
"Niliona moto kutoka mbinguni."
Sio sitiari.
Moto.
Imamu alipigwa.
Waliokuwa karibu naye waliona majeraha yaliyovimba.
Aliona usumbufu.
Baadhi waliona jeraha.
Aliona kuathiriwa.
Mbingu haisogei kwa ajili ya tamasha.
Inasonga kwa usahihi.
Moto huo haukuwa wa umati.
Ilikuwa kwa ajili ya mtu mmoja.
Baadaye, huko Maiduguri, mkutano mwingine ulikuja.
Alionyeshwa kuzimu.
Alitambua nyuso — si wageni.
Walimu.
Kisha akaonyeshwa mbinguni.
Mji wa utaratibu.
Urembo. Nuru. Dhahabu.
Alirudi akiwa ameshtuka.

Lakini ufunuo haukuleta kujisalimisha mara moja.
Kuona si sawa na kukubali.
Miaka kadhaa baadaye, risasi zingeingia mwilini mwake.
Metal angepiga fuvu lake.
Damu ingemtoka kichwani.
Angechukuliwa kwa gari kama mtu anayedhaniwa kuwa amekufa.
Lakini angefufuka tena.
Wasindikizaji wangemzunguka.
Rais angeingilia kati.
Wataalamu wa matibabu katika taifa la kigeni wangethibitisha kile kilichopinga mantiki:
Hai.
Haina uharibifu wowote.
Hata hivyo tishio kubwa zaidi kwa imani yake halingekuwa moto.
Si kuzimu. Si mbinguni. Si risasi.
Ingekuwa unafiki.
Na minong'ono ya kurudi.
Hadi usiku mmoja katika chumba cha hoteli, alipofungua mlango — na kumwona Yule aliyemfuata.
"Tumeenda mbali sana," sauti ilisema.
"Tumechelewa sana kurudi."
Hii si hadithi kuhusu tamasha.
Ni kuhusu utii.
Na kabla ya kitabu hiki kuisha, utakabiliwa na swali lile lile:
Moto unapoanguka — ni nini kinachobaki?

UTANGULIZI

Hii Sio Hadithi Kuhusu Moto

Kitabu hiki hakizungumzii moto.

Sio kuhusu risasi, maono, uingiliaji kati wa kisiasa, au kuishi kwa matukio ya kusisimua.

Matukio hayo yalitokea.
Yameandikwa. Yanashuhudiwa.

Lakini wao si kitovu.

Kitovu ni utii.

Wengi watakaribia kitabu hiki kwa sababu ya vipengele visivyo vya kawaida — moto unaoanguka, kukutana na mbingu na kuzimu, majaribio ya mauaji, uokoaji wa rais. Maelezo hayo huvutia umakini. Hukatiza mawazo ya kawaida. Hukabiliana na mawazo.

Lakini tamasha haliendelezi mabadiliko.

Utiifu hufanya hivyo.

Hiki ni kitabu kinachohusu kile kinachotokea wakati imani ya kurithi inapokabiliwa na ukweli uliofunuliwa. Kinahusu kile kinachotokea wakati muundo unapogongana na kukutana. Kinahusu kile kinachobaki wakati mifumo inatikiswa na utambulisho unapojaribiwa.

Inahusu utii chini ya moto.

Urithi na Ukatizaji

Baadhi ya watu hurithi dini kama wengine wanavyorithi ardhi.

Hutolewa wakati wa kuzaliwa.
Hutekelezwa na mazingira. Huimarishwa na utamaduni.

Katika mazingira kama hayo, imani haichunguzwi — hufyonzwa.

Nidhamu inakuwa kujitolea.
Utaratibu huwa haki. Muundo huwa utambulisho.

Na mabadiliko yanapotokea, si madogo.

Ni ya mtetemeko wa ardhi.

Kitabu hiki kinaelezea mabadiliko hayo ya mitetemeko ya ardhi.

Mama ambaye utii wake ulibadilika kimya kimya lakini kwa uamuzi.
Ndugu ambaye maisha yake yaliokolewa chini ya upanga.
Baba ambaye ulimwengu wake ulianza kuvunjika. Mshauri alipigwa na kitu kisichoweza kuelezewa.

Lakini tena — haya hayajawasilishwa ili kuchochea mshangao.

Zinawasilishwa ili kufichua kwamba ukweli mara nyingi huvuruga kabla haujabadilika.

Moto Sio Ushahidi

Katika Maandiko, moto huonekana mara nyingi.

Ilianguka kwenye madhabahu ya Eliya.
Iliteketeza Nadabu na Abihu. Iliambatana na Pentekoste.

Lakini moto si ujumbe kamwe.

Ni uthibitisho.

Katika simulizi hili, moto hukatiza mfumo wa uhakika. Unafichua utii. Unaashiria hatua ya mabadiliko. Lakini haumalizi safari.

Ufunuo pekee hauzalishi utii.

Aliona mbingu.

Aliona kuzimu.

Alirudi.

Na bado hakujisalimisha mara moja.

Kwa nini?

Kwa sababu utii haulazimishwi kwa kukutana. Huundwa kwa uamuzi.

Vita Vikuu Zaidi

Risasi hazikumaliza hadithi.

Moto haukubainisha hilo.

Uhamisho wa rais haukuhakikisha hilo.

Tishio kubwa zaidi lilikuja baadaye — kutoka ndani ya kanisa.

Unafiki.

Ujitoaji wa vuguvugu.

Utendaji bila nidhamu.

Kishawishi cha kurudi kwenye dini iliyopangwa badala ya kuvumilia jamii isiyokamilika.

Na hapo ndipo kitabu hiki kinapobadilika kutoka wasifu hadi kioo.

Kwa sababu wengi hawaachi ukweli kwa kukosa ufunuo.

Wanaondoka kwa sababu ya kukata tamaa.

Kwa Nini Kitabu Hiki Kipo

Kitabu hiki kipo kwa ajili ya malezi.

Sio msisimko.

Ipo ili kumshawishi msomaji asivutiwe na kupendezwa na wengine hadi aingie kwenye uchunguzi.

Sehemu ya I inawasilisha simulizi — waziwazi, moja kwa moja, bila mapambo. Inafuatilia urithi, mapambano, kukutana, mateso, uhifadhi, na agizo.

Sehemu ya II inatoa safari ya siku 40 iliyopangwa — si kuiga utu, bali kukuza utii wenye nidhamu kwa Kristo.

Hii ni muhimu:

Hatuelekezi wasomaji kwa mtu.

Tunawaelekeza wasomaji kwa Kristo.

Maisha yaliyoandikwa hapa yanatumika kama utafiti wa kesi, si kiolezo. Kielelezo, si sanamu. Ushuhuda, si theolojia.

Pale ambapo maisha haya yanapatana na Maandiko Matakatifu, yanapaswa kujifunza kutoka kwayo.

Pale ambapo maisha yoyote yanashindwa na Maandiko, Maandiko yanabaki kuwa mamlaka ya mwisho.

Lengo si utii wa utu.

Ni utii wa agano .

Wanafunzi Waliofichwa

Katika Maandiko yote, utii haukuonekana hadharani kila wakati.

Nikodemo alikuja usiku.
Yusufu wa Arimathaya aliigiza mazishi. Naamani alipiga magoti katika hekalu la kigeni huku akiwa mwaminifu kwa Bwana ndani yake. Daudi aliishi miongoni mwa Wafilisti huku akidumisha utambulisho wa agano. Esta alificha urithi hadi wakati ulipohitajika.

Utiifu wakati mwingine huwa wa sauti kubwa.

Wakati mwingine ni mkakati.

Lakini lazima iwe halisi.

Simulizi hii inalazimisha swali kuu:

Utii wako umejengwa juu ya nini - urithi, kukutana, utamaduni, au imani?

Kwa Msomaji

Kitabu hiki ni kwa ajili ya:

Wale waliorithi imani na hawakuichunguza kamwe. Wale waliokutana na ukweli na kuchelewesha kujisalimisha. Wale walionusurika kushambulia lakini wanapambana na kukata tamaa. Wale wanaotembea katika kaya zilizogawanyika. Wale wanaokabiliana na unafiki ndani ya mifumo ya kidini. Wale wanaomwamini Mungu hutembea tu katika makundi.

Mbingu hufurahi juu ya mmoja.

Ubora kabla ya wingi.

Kama moto ungeanguka na mmoja tu akajibu — mbingu bado ilisogea.

Muundo wa Safari

Sehemu ya I - Hadithi ya Utiifu Chini ya Moto
Ufuatiliaji wa mpangilio na kitheolojia wa malezi, mapambano, mateso, uhifadhi, na agizo.

Sehemu ya II - Safari ya Kimkakati ya Siku 40
Simulizi za kila siku, Maandiko (Agano la Kale na Jipya), tafakari, tamko, maombi, na kitendo. Mwendo wa makusudi kutoka kwa imani iliyofichwa hadi uvumilivu wenye nidhamu.

Huu si usomaji tulivu.

Ni uundaji wa makusudi.

Mwelekeo wa Mwisho

Kabla ya kuendelea, elewa hili:

Kitabu hiki hakitakuburudisha.

Haitapendeza mawazo yako.

Haitaleta hisia za mateso.

Itakabiliana na utii.

Kwa sababu mwisho wa moto, kuzimu, mbingu, risasi, unafiki, na kuokoka — swali moja linabaki:

Wewe ni wa nani?

Na nini hubaki moto unapoanguka?

SURA YA 1

Baba Aliyejenga Jengo Hilo

Kabla ya mgogoro ndani ya nyumba, kulikuwa na utulivu.
Kabla ya uongofu, kulikuwa na nidhamu.
Kabla ya moto kutoka mbinguni, kulikuwa na uundaji chini ya baba aliyeamini dini haikuwa upendeleo — ilikuwa amri.
Baba yake Isa alikuwa mkongwe wa Vita vya Pili vya Dunia.
Usahihi wa kijeshi ulimtengeneza muda mrefu kabla ya ubaba.
Usahihi huo uliingizwa nyumbani. Dini haikutenganishwa na maisha ya kila siku; iliitawala.
Muundo ulikuwa thabiti:
Ofisi hadi msikiti.
Msikiti hadi nyumba. Nyumba hadi msikiti.
Hakukuwa na kupotoka. Hakuna uaminifu uliogawanyika.
Hakuna utunzaji uliolegea.
Uislamu katika nyumba hiyo haukuwa mapambo ya kitamaduni. Ulikuwa ni muundo.
Watoto walilelewa ndani ya mfumo ambapo utii ulitarajiwa na kufuatiliwa. Kufunga wakati wa Ramadhani hakukuanza wakiwa wajana. Isa alianza kufunga akiwa na umri wa miaka mitano. Kufunga siku nzima. Hakuna msamaha kwa sababu ya umri.
Sala haikuwa na wajibu tu.
Ameshuhudia kwamba alifanya mizunguko ya maombi hadi 172 kila siku. Hizi zilijumuisha sala zinazohitajika na visomo vya ziada vya hiari. Aya za Quran zilirudiwa mara elfu.
Kutafakari maandiko kulikuwa halisi, kurudiwa, na kwa bidii.
Hakukuwa na tafsiri mpya ya maandishi.
Kama Quran ilisema, "Waueni popote mnapowapata," ilikubaliwa bila kutegemea thamani halisi.
Hakukuwa na marekebisho yoyote ya muktadha. Hakuna ulainishaji wa kitheolojia.

Imani hii ilitekelezwa.
Akiwa na umri wa miaka saba au minane, Isa anaripoti kwamba alianza kupata dalili za kiroho ambazo alizielewa kama kukutana na "al-jinn." Alielezea kuona viumbe vilivyoonekana katika maumbo mseto, wakati mwingine kama wanyama, wakati mwingine kama mwanga. Kukutana huku hakukumtisha. Kuliimarisha itikadi aliyokuwa akifundishwa. Aliamini matukio haya yalithibitisha ukweli wa Uislamu.
Kufikia kumi na mbili, malezi yaliongezeka.
Aliingia katika mafunzo ya kijeshi ya Kiislamu yaliyopangwa nje ya jiji. Hii ilijumuisha mazoezi ya viungo, ndondi, karate, kujiweka wazi kwa silaha, mazoezi ya kuishi, na mafundisho ya mtindo wa msituni. Wazazi waliunga mkono na kufadhili mafunzo haya. Yalichukuliwa kuwa ya heshima.
Baadaye alielezea kuhusika katika harakati za Kiislamu zilizopangwa, ikiwa ni pamoja na mipango ya kimkakati kwa ajili ya upanuzi wa Kiislamu. Amekiri kushiriki katika uchokozi wa moja kwa moja dhidi ya Wakristo — kuwapiga Wakristo, kuchoma makanisa, kuharibu Biblia hadharani, na kushiriki katika vitisho vya kisaikolojia.
Huu haukuwa uadui wa kawaida.
Ilikuwa ni misheni.
Nidhamu ilifafanua mfumo.
Uaminifu ulioimarishwa kiibada.
Kurudia kujengwa kwa imani.
Chuki haikuwa ya nasibu; ilifundishwa.
Ukristo ulifanywa kama adui.
Dominion iliundwa kama hatima.
Na Isa aliichukua.
Alitaka kumfurahisha baba yake.
Alitaka kutetea imani yake.
Alitaka kuendeleza lengo aliloamini lilikuwa agizo la Mungu.
Kufikia wakati ujana ulipokomaa na kuwa ujana, hakuwa akichunguza imani.
Alikuwa akitekeleza hilo.
Muundo ulikuwa umekamilika.
Uaminifu ulikuwa wazi.

Mfumo ulikuwa unafanya kazi kama ulivyobuniwa.
Kisha kuvunjika kwa mguu kukaanza.
Sio kutoka nje.
Kutoka ndani.
Mama yake alibadili dini.

SURA YA 2

Mama Aliyeongoka na Kubaki

Uongofu wa kwanza katika kaya haukutokea kwenye uwanja wa vita.
Ilitokea kimya kimya.
Mama yake Isa alitoa maisha yake kwa Kristo huku bado akiishi ndani ya nyumba ya Kiislamu iliyotawaliwa vikali.
Hii haikuwa mazingira ambapo dini ilifanya kazi kama utamaduni. Ilikuwa utambulisho. Ilikuwa amri. Ilikuwa utaratibu. Mamlaka ya baba na ibada ya Kiislamu ya familia viliunganishwa. Msikiti uliunda siku. Quran iliunda mawazo. Utii uliunda tabia.
Na ndani ya muundo huo, mama alibadilisha utii.
Uongofu wake haukutangazwa hadharani mwanzoni. Ulianza ndani ya nyumba. Lakini katika nyumba za kidini zenye nidhamu, mabadiliko ya ndani hatimaye hujitokeza katika tabia.
Mpangilio wake wa maombi ulibadilika.
Sauti yake ilibadilika.
Mkao wake wakati wa ibada ulibadilika.
Bado alitimiza majukumu yake kama mke na mama.
Aliendelea kuhudumia chakula. Aliendelea kutunza nyumba.
Hakujitenga kimwili na familia. Lakini msimamo wake wa kiroho haukuwa sawa tena.
Tofauti hiyo ilileta mvutano.
Katika kaya zilizopangwa vizuri, usawa hudumisha utulivu.
Mwanachama mmoja anapotofautiana, mfumo mzima huhisi mkazo.
Hakubishana kuhusu theolojia mezani. Hakudhihaki mfumo aliokuwa akiishi. Hakupinga hadharani mamlaka ya mumewe.
Badala yake, alibaki pale.
Kubaki haikuwa udhaifu.

Kubaki kulimaanisha angekabiliwa na matokeo ndani ya mfumo badala ya kutoka mbali.
Uaminifu wake mpya haukufichwa milele.
Wana waliangalia kwa makini.
Walikuwa wamefunzwa kutambua nidhamu. Walikuwa wamefunzwa kutambua uzito. Walijua jinsi ibada kali ya Kiislamu ilivyo. Walijua jinsi ushiriki kamili unavyohitajika.
Kitu kilikuwa tofauti.
Amani yake haikujengwa juu ya visomo vile vile.
Ibada yake haikufuata mwelekeo uleule tena. Kiini chake cha ndani kilikuwa kimebadilika.
Baba alidumisha utaratibu. Muundo haukulegea. Matarajio ya kufuata sheria hayakutoweka.
Lakini sasa nyumba hiyo ilikuwa na utii mbili.
Mazingira yalizidi kuwa magumu.
Haikuwa bado ya kulipuka.
Lakini iligawanyika.
Kwa Isa, ambaye bado alikuwa amejikita katika imani ya Kiislamu ya kivita, hili lilikuwa la kutatanisha. Mfumo aliouamini kuwa kamili sasa ulikabiliwa na utata ndani ya nyumba yake mwenyewe. Mtu aliyemlea sasa alikuwa na uaminifu tofauti.
Uongofu ndani ya mazingira kama hayo haukuwa tu mabadiliko ya dini.
Ilitafsiriwa kama usaliti wa ukoo, uaminifu, na hatima.
Lakini alibaki.
Hakuacha ndoa.
Hakuiacha familia. Hakutafuta ulinzi kwingineko.
Alibaki ndani ya mvutano.
Imani yake haikuonyeshwa katika mapambano ya hadharani.
Ilionyeshwa katika uvumilivu.
Uvumilivu huo ungejaribiwa hivi karibuni bila kutokubaliana.
Uongofu unaofuata haungebaki umezuiliwa.
Mwana mkubwa alikutana na Kristo.
Na alipofanya hivyo, mgawanyiko wa familia ukawa mgogoro wa wazi.

SURA YA 3

Amadu Almadu Buba na Upanga

Uongofu wa pili katika kaya haukuwa wa taratibu.
Ilikuwa ni uamuzi wa mwisho.
Kaka mkubwa wa Isa, **Amadu Almadu Buba** , alitoa maisha yake kwa Kristo.
Hii haikuwa udadisi wa kibinafsi. Ilikuwa ni mabadiliko yaliyotangazwa ya utii. Katika nyumba iliyojengwa kwa msingi wa imani ya Kiislamu ya wapiganaji, uamuzi kama huo haukuchukuliwa kama kutokubaliana, bali kama uasi.
Amadu hakuondoka nyumbani mara tu baada ya kuongoka kwake. Alibaki katika mazingira yaleyale ambayo mama yake alikuwa amebaki.
Lakini mwitikio wa kuongoka kwake ulikuwa tofauti.
Pale ambapo zamu ya mama yake ilisababisha mvutano, ubadilishaji wake ulisababisha mzozo.
Kulingana na ushuhuda wa Mchungaji Isa, hali ilizidi kuwa mbaya haraka. Baba, ambaye alikuwa ameitawala familia kwa nidhamu ya kijeshi na umakini kamili wa kidini, alijibu kwa nguvu.
Mzozo huo ulizidi maneno.
Isa anasimulia kwamba baba yake alitoka nyuma ya Amadu akiwa na upanga.
Sio ishara ya mfano.
Silaha halisi.
Ameelezea blade hiyo kama kali sana — yenye uwezo wa kukata ngozi kwa kugusa kidogo tu. Nia haikuwa vitisho. Ilikuwa ni utekelezaji.
Baba aliinua upanga ili kumpiga mwanawe mwenyewe kwa sababu ya kugeukia Ukristo.
Hakukuwa na mazungumzo wakati huo.
Blade iliinuliwa.

Mgomo ulikuwa unakuja.
Kisha, kulingana na simulizi la Isa, jambo fulani lilitokea ambalo lilibadilisha mwelekeo wa familia.
Amesema kwamba Roho Mtakatifu aliingilia kati.
Anaelezea kwamba Amadu alihamishwa kimwili kutoka mahali alipokuwa amesimama.
Si kwa mapambano.
Si kwa kuingiliwa na wanadamu. Si kwa kukimbia.
Anasema Roho "alimchagua" ndugu yake na kumtoa kwenye njia ya upanga.
Upanga ulishuka.
Lakini haikutua kwenye mwili.
Badala yake, ilikatiza trampolini nyuma ya mahali ambapo Amadu alikuwa amesimama na kuingia ardhini.
Mahali ambapo blade iligonga ndipo mahali hasa ambapo mwili wake ulikuwa muda mfupi uliopita.
Amadu hakuwapo tena.
Alikuwa amehamishiwa eneo lililo karibu.
Mgomo haukufanikiwa.
Jaribio la kuua halikufanikiwa.
Wakati huo uliashiria mabadiliko makubwa katika kaya.
Hii haikuwa tena kutokubaliana kuhusu mafundisho.
Hili lilikuwa jaribio la kunyongwa.
Baba alikuwa ametenda.
Upanga ulikuwa umeinuliwa.
Blade ilikuwa imeanguka.
Na bado mwana alibaki hai.
Amadu hakubadilisha uamuzi wake baada ya tukio hilo.
Hakukataa uongofu wake.
Alibaki amejitolea.
Kulingana na ushuhuda wa Isa, kaka huyo huyo baadaye akawa mchungaji mkuu ndani ya Kanisa la Deeper Life, akihudumu katika ngazi ya mwangalizi wa kitaifa.
Upanga haukuwa umemaliza maisha yake.
Ilikuwa imetangulia wito wake.
Ndani ya kaya, hali ya hewa ilibadilika kabisa.

Uongofu wa kimya kimya wa mama huyo ulileta mgawanyiko wa ndani.
Kuongoka kwa Amadu na tukio la upanga kulisababisha mpasuko wazi.
Mfumo huo ulikuwa umepingwa kutoka ndani.
Na kile ambacho hapo awali kilikuwa utii sawa sasa kilivunjwa na utii unaoshindana.
Kwa Isa, ambaye alikuwa bado amejikita sana katika uundaji wa wapiganaji wa Kiislamu wakati huo, tukio hilo halikuweza kupuuzwa kwa urahisi.
Alikuwa ameona nia ya baba yake.
Alikuwa ameona blade ikianguka.
Alikuwa amemwona kaka yake amesimama mahali pengine.
Tukio hilo halikumbadilisha mara moja.
Lakini ilileta usumbufu katika uhakika wake.
Muundo wa mfumo wake wa imani ulibaki sawa.
Lakini nyufa zilikuwa zimeanza kuunda.
Mapambano yanayofuata hayangehusisha upanga.
Ingehusisha moto.

SURA YA 4

Uundaji Umeimarishwa

Ingawa mama yake na kaka yake walikuwa wamebadilisha uaminifu, Isa hakufanya hivyo.
Kama kuna chochote, mvutano ndani ya nyumba ulizidisha azimio lake.
Alilelewa kuamini Uislamu si dini tu bali ni amri ya kutawala. Tangu utotoni, nidhamu iliunda utambulisho wake. Tukio la upanga lililomhusisha kaka yake halikuvunja umbo hilo. Lilizidisha imani yake kwamba kupotoka lazima kupingwe. Historia ya baba yake ya kijeshi ilikuwa imeunda zaidi ya utaratibu wa kila siku. Iliunda matarajio ya uaminifu na nguvu. Upole wa kihisia haukuhimizwa. Utii ulihimizwa. Maendeleo ya Isa yaliendelea kulingana na misingi ya wapiganaji.
Katika miaka yake ya mapema ya ujana, alikuwa amezama kikamilifu katika miundo ya mafunzo ya Kiislamu. Nje ya jiji, katika maeneo ya mbali, yeye na vijana wengine walioajiriwa walifanyiwa mazoezi ya viungo na kuimarishwa kiitikadi. Mafunzo hayo yalijumuisha:

- Mapigano ya mkono kwa mkono.
- Mazoezi ya karate na ndondi.
- Ustahimilivu wa kimwili.
- Mafunzo ya kuishi katika mazingira magumu.
- Kukabiliana na utunzaji wa silaha.
- Maelekezo ya kimkakati katika vita vya msituni.

Wazazi walifadhili mafunzo haya kwa hiari. Ushiriki ulionekana kuwa wa heshima. Kutetea Uislamu hakukuonekana kama msimamo mkali — ilikuwa ni uadilifu. Uimarishaji wa kiitikadi uliambatana na mafunzo ya kimwili. Mistari kutoka Quran ilikaririwa na kusomwa kwa msisitizo kuhusu mapambano na wasioamini. Chuki dhidi ya Wakristo na Wayahudi haikuwa mlipuko wa kihisia; ilikuzwa kupitia kurudiarudia.

Isa amekiri kushiriki moja kwa moja katika vitendo vya uadui:

- Kuwapiga Wakristo.
- Kulazimisha vitisho.
- Kuharibu Biblia hadharani.
- Kushiriki katika kuchomwa moto kwa kanisa.
- Kujihusisha na uchokozi wa kidini uliopangwa.

Hakujielezea kama alihusika bila kusita.

Aliamini alikuwa akitetea ukweli.

Mbali na mafunzo ya kijeshi, aliendelea na mazoezi makali ya ibada. Zaidi ya sala tano za lazima za kila siku, alifanya mizunguko ya ziada. Ameshuhudia kuomba mizunguko ya maombi hadi 172 kila siku.

Kusoma hakukuwa kwa mfano. Mistari ilirudiwa mara elfu katika kutafakari. Utii ulikuwa halisi.

Akiwa na umri wa miaka saba au minane, aliripoti ishara za kiroho ambazo alizitafsiri kama uthibitisho wa Uislamu. Alielezea kuona viumbe alivyoamini kuwa ni "al-jinn."

Matukio haya hayakumtisha; yaliimarisha azimio lake.

Mfumo wake wa imani haukuwa dhaifu.

Iliimarishwa na nidhamu, marudio, uzoefu wa kiroho, na uimarishaji wa jumuiya.

Alipofikia utu uzima, hakuwa mshiriki tu.

Alihusika katika mipango mkakati ya Kiislamu iliyopangwa.

Ametaja ushiriki katika harakati zilizokuwa na matarajio ya upanuzi wa muda mrefu wa ushawishi wa Kiislamu katika maeneo mbalimbali. Mawazo yalikuwa ya vizazi. Mkakati ulikuwa wa subira.

Kuongoka ndani ya nyumba yake hakukumshawishi.

Ilimkera.

Aliona Ukristo kama dhaifu.

Aliwaona Wakristo kama walioathirika.

Aliona Kanisa kama kitu cha kukabiliana nacho.

Kisha tukio lililomhusu imamu wake likatokea.

Na mzozo huo ulibadilika kutoka itikadi hadi kukutana.

SURA YA 5

Maiduguri, Maono ya Kuzimu, na Kukataa

Mabadiliko katika maisha ya Isa hayakuanza na moto.
Ilianza kwa usumbufu.
Wakati wa miaka yake ya maendeleo ya kijeshi, Isa alisafiri hadi Maiduguri.
Wakati huu, alibaki amejitolea kikamilifu kwa Uislamu.
Muundo wake wa kiitikadi ulikuwa sawa. Uadui wake dhidi ya Ukristo uliendelea kuwa hai. Nidhamu yake haikuwa imedhoofika.
Akiwa Maiduguri, anasimulia tukio la ajabu ambalo lilibadilisha uhakika wake wa ndani.
Anasema kwamba alionyeshwa kuzimu.
Hakuielezea kama mawazo au ndoto, bali kama kukutana.
Kulingana na ushuhuda wake, aliona miali ya moto na mateso makali. Aliona watu wakiwa katika mateso.
Na miongoni mwa wale aliowatambua walikuwa **walimu Waislamu — Mallam — watu waliomfundisha mafundisho ya Kiislamu.**
Hawa hawakuwa maadui wa Uislamu.
Walikuwa viongozi ndani yake.
Aliwaona walimu wa Kiislamu wanaoheshimika wakiwa katika mateso.
Aliwaelezea wakilia, kwa uchungu, ndani ya miali ya moto.
Hili halikuwa sawa na mfumo aliokuwa amefundishwa.
Alilelewa kuamini Uislamu ndio njia pekee ya kweli. Walimu Waislamu walikuwa walinzi wa ukweli. Mwisho wao wa milele ulidhaniwa kuwa salama.
Lakini katika maono anayoelezea, hawakuwa salama.

Walihukumiwa.
Hakuonyeshwa Wakristo wakiwa katika mateso.
Alionyeshwa mamlaka ya Kiislamu katika mateso.
Maelezo hayo yalimsumbua.
Kufuatia hili, anasimulia jinsi alivyochukuliwa juu na kuonyeshwa mbinguni.
Alielezea mbingu kama yenye mpangilio, angavu, utaratibu, na amani.
Anasema kwamba aliwaona watu waliokuwa wamekufa.
Anaelezea uzoefu huo kama unaoonekana na ulio wazi.
Alionyeshwa sehemu mbili za kuelekea:
Mateso.
Na agizo.
Hukumu.
Na amani.
Alirudi kutoka kwenye uzoefu.
Na hakubadili dini.
Maono hayo hayakuvunja uaminifu wake mara moja.
Uundaji wake ulikuwa wa kina sana.
Miaka mingi ya nidhamu, marudio, itikadi kali, na imani iliyopangwa haivunjiki chini ya uzoefu mmoja.
Alirudi kwenye njia yake ya awali.
Aliendelea kufuata Uislamu.
Aliendelea kujitolea kwa wanamgambo.
Aliendelea na uadui dhidi ya Ukristo.
Lakini usumbufu ulibaki.
Alikuwa ameona kitu ambacho hakikuendana na kile alichokuwa amefundishwa.
Muundo wa kiitikadi ulikuwa bado umesimama.
Lakini sasa ilikuwa na nyufa.
Mzozo huo wa kupamba moto usingetokea Maiduguri.
Ingetokea baadaye.
Ingemhusisha imamu wake.
Na ingehusisha moto.

SURA YA 6

Maono ya Tatu: 1982 — Kujisalimisha

Isa alikuwa tayari ameona vya kutosha kumdhoofisha mtu wa chini.
Alikuwa amewaona walimu wa Kiislamu katika mateso.
Alikuwa ameona mbingu. Alikuwa ameshuhudia kifo cha imamu aliyemfundisha siri za kiroho.
Lakini hakuna hata moja ya matukio hayo lililovunja utii wake.
Uundaji ndani yake ulikuwa wa kina sana.
Alikuwa ameumbwa kwa kufunga akiwa na umri wa miaka mitano.
Kwa mizunguko ya maombi zaidi ya wajibu. Kwa mazoezi ya kijeshi. Kwa maombi ya siri. Kwa kurudia mistari iliyoupanga ulimwengu katika makundi kamili.
Uislamu haukuwa mfumo wa imani alioushikilia.
Ulikuwa ni msingi wa utambulisho wake.
Kisha ikaja 1982.
Anaielezea kama pambano la tatu na la mwisho.
Alikuwa katika Jimbo la Borno . Mtazamo wa kijeshi haukuwa umepungua. Bado kulikuwa na mipango, mazoezi, mikakati.
Hakuwa akielekea kwenye Ukristo. Hakuwa mdadisi. Hakuwa akitafuta.
Amesema waziwazi: hakukuwa na njia ambayo angemwamini Yesu bila kitu kisicho na hoja — "super, super," kwa maneno yake.
Mkutano huo ulikuja ghafla.
Alielezea kuketi — kisha kuingia katika kile alichokiita maono.
Mazingira ya kimwili yaliyomzunguka yalififia.
Kisha akamwona.
Yesu.

Alimwelezea Yesu kwa moto — si joto la mfano, bali uwepo mkali. Alisema moto uliokuwa juu yake ulikuwa mkali.
Makabiliano hayo hayakuwa ya upole. Yalikuwa ya kustaajabisha.
Kisha maono yakabadilika.
Kuzimu kumefunguliwa.
Alisema aliiona waziwazi.
Miali ya Moto. Mateso.
Maumivu.
Alitambua nyuso.
Aliwaona watu aliowajua.
Aliwaona walimu Waislamu.
Aliwaona watu aliowaheshimu.
Alimwona babu yake.
Hii haikuwa nadharia ya kitheolojia.
Hii ilikuwa utambuzi.
Watu aliowaamini walikuwa salama walikuwa wakiteketea.
Alikuwa amefunzwa kuamini kwamba uaminifu kwa Uislamu ulihakikisha paradiso.
Lakini katika maono anayosimulia, walikuwa katika mateso.
Mkutano huo haukuishia hapo.
Alisema kisha akaonyeshwa mbinguni.
Alielezea muundo, utaratibu, mwangaza, amani.
Alikuwa amefunzwa kufa kwa ajili ya kile alichokiamini.
Aliambiwa kuuawa kishahidi ni kuinuliwa. Kwamba kifo katika jihadi ni kupandishwa cheo.
Hakuogopa kufa.
Alikuwa ameikaribisha.
Kwa hivyo mzozo huu haukuwa kuhusu hofu ya kifo.
Ilikuwa kuhusu kufichua udanganyifu.
Anasema kwamba wakati huo, kila kitu ndani yake kilivunjika.
Sio polepole.
Sio kihisia.
Kimuundo.
Jengo la kiitikadi liliporomoka.
Alijisalimisha.
Mnamo 1982, Isa alitoa maisha yake kwa Yesu Kristo.

Mtetezi wa Uislamu mwenye msimamo mkali aliweka utii.
Lakini kujisalimisha hakukuleta amani.
Ilisababisha vita.

SURA YA 7

Niliona Moto Kutoka Mbinguni — Mshauri

Kabla ya mzozo, kulikuwa na uaminifu.

Imamu alikuwa amemjua Isa tangu utotoni. Alimwona akikua. Alirekebisha matamshi yake, akafunza kumbukumbu yake, akaunda mkao wake katika sala. Hakuwa mwalimu wa mara kwa mara; alikuwa na ushawishi wa malezi.

Chini yake, Isa alijifunza nidhamu — si imani ya kawaida, bali ibada iliyopangwa. Alijifunza jinsi ya kukariri, jinsi ya kutafsiri, jinsi ya kuendelea. Lakini zaidi ya mafundisho ya umma, kulikuwa na tabaka za kina zaidi. Mazoea ambayo hayakujadiliwa waziwazi. Maombezi. Mazoezi ya kiroho. Kile ambacho Isa angeelezea baadaye bila kusita kama "sehemu ya siri zaidi."

Kwa mvulana mdogo mwenye hamu ya kuwa mzito, hii ilikuwa nguvu.

Imamu hakuwa kiongozi wa kidini tu, alikuwa mlinzi wa elimu. Mtu aliamini kile ambacho wengine hawakuweza kukipata.

Kwa hivyo mvutano ulipoanza kujitokeza katika safari ya kiroho ya Isa, haukuwa mvutano na wageni. Ulikuwa mvutano na mtu ambaye mikono yake ilimwumba.

Na kisha usumbufu ukatokea.

Isa hajawahi kulainisha lugha ya kile alichokiona. Hakionyeshi kama ndoto, wala sitiari. Anasema waziwazi:

"Niliona moto kutoka mbinguni."

Anaelezea magari ya kukokotwa.

Magari ya moto.

Kushuka.

Aliona ikigonga.

Imamu alianguka.

Wengine hawakuelezea alichokielezea. Wale waliokuwa karibu baadaye walizungumzia majipu yaliyotokea kwenye mwili wa imamu. Uvimbe. Udhihirisho wa kimwili. Hawakuzungumzia moto. Hawakuzungumzia magari ya kukokotwa.

Isa anasisitiza juu ya tofauti hiyo:

Aliona moto.

Waliona majipu.

Imamu alifariki.

Wakati huo ulivunja kitu ndani yake.

Huyu ndiye mtu aliyemtambulisha kwa desturi zilizofichwa, ambaye aliwakilisha mamlaka katika mfumo huo. Ikiwa mamlaka hiyo ingeweza kupigwa - ikiwa muundo huo wa kiroho ungeweza kupenya - basi kitu kikubwa zaidi kilikuwa kikifanya kazi.

Lakini hiki ndicho kinachofanya hadithi iwe ya kweli.

Hakubadilisha imani siku hiyo.

Hakukuwa na kujisalimisha mara moja. Hakuna kurudi nyuma kwa uaminifu mara moja. Hakuna kuanguka kihisia katika imani mpya.

Badala yake, jambo hatari zaidi lilitokea.

Alijifanya mgumu.

Makabiliano hayo hayakumlainishi. Yalimzidisha. Mfumo unapotetemeka, baadhi hukimbia. Wengine hujirudia maradufu. Isa hujirudia maradufu. Nidhamu yake iliongezeka. Azimio lake liliimarika. Utambulisho wake wa kijeshi uliimarika.

Moto ulifichua kitu — lakini kufichua hakutoi utii kiotomatiki.

Kilichokufa siku hiyo hakikuwa mshauri tu.

Ilikuwa ni uhakika.

Lakini kuanguka kwa uhakika hakumaanishi kuanguka kwa utii — si mara moja.

Moto ulikuwa sahihi kabisa. Haukuwa onyesho la maonyesho kwa ajili ya umati. Ulilengwa kwa ajili ya kukatizwa kwa mtu mmoja ambaye msingi wake ulijengwa juu ya mamlaka ya mshauri huyo.

Na hata baada ya kuona moto.

Hata baada ya kuona kifo.
Hata baada ya kuhisi usumbufu.
Aliendelea.
Ndiyo maana mapambano yanayofuata yalipaswa kuwa ya kina zaidi. Si moto wa nje. Si udhihirisho unaoonekana. Kitu ambacho kingepenya muundo uliopita na kuingia katika utii wenyewe.
Moto ulimpiga mshauri.
Lakini kujisalimisha bado kulikuwa kunakuja.

SURA YA 8

Mara Tisa Walijaribu Kumuua

Isa alipojisalimisha mwaka wa 1982, vita vya kiroho havikupungua.
Iliibuka.
Alikuwa amevuka kutoka ndani hadi adui.
Hakuwa Mwislamu tu tena.
Hakuwa tena mwanamgambo tu.
Alikuwa mtaalamu wa mikakati wa zamani ambaye sasa alikuwa akimhubiri Kristo.
Na hilo lilimfanya kuwa hatari.
Amesema waziwazi: kulikuwa na majaribio tisa ya kumuua.
Sio vitisho.
Majaribio.
Shambulio kubwa la kwanza lilihusisha milio ya risasi.
Alielezea kukabiliwa moja kwa moja na wanajihadi. Hawa hawakuwa maadui wasiojulikana. Baadhi yao walielewa alikuwa nani. Walijua mafunzo yake. Walijua jukumu lake. Walijua akili yake ya kimkakati.
Risasi zilifyatuliwa.
Anasimulia kwamba risasi ziliingia mwilini mwake.
Wakati wa shambulio hilo, pia kulikuwa na mgomo mkali kichwani mwake kwa chuma. Anaelezea athari hiyo kuwa kali. Damu ilitoka mara moja na kwa nguvu. Aina ya kutokwa na damu ambayo inawafanya watazamaji kuhakikisha fuvu limepondwa.
Alianguka.
Waliokuwepo walidhani alikuwa amekufa.
Aliingizwa kwenye gari kana kwamba amemaliza.
Imesafirishwa.
Imetupwa kwa matarajio.
Lakini hakufa.

Licha ya damu inayoonekana kutoka kichwani mwake, licha ya milio ya risasi, licha ya shambulio hilo — aliishi.
Baadaye alieleza kwamba risasi zilitolewa mwilini mwake.
Alinusurika.
Anauita uhai huo si kama nafasi, bali kama kuingilia kati.
Jaribio kubwa lililofuata lilitokana na sumu.
Alipewa chakula.
Alikula bila shaka.
Watu walioiandaa walitarajia maisha yake yangeisha ndani ya saa chache.
Walisubiri.
Hakuanguka.
Walisubiri kwa muda mrefu zaidi.
Alibaki hai.
Kulingana na maelezo yake, wale waliompa sumu hiyo walirudi baadaye na kukiri walichofanya. Walitarajia kuona maiti. Badala yake, walimwona akiendelea kufanya kazi.
Anaelezea matokeo kama kinyume cha uharibifu.
Badala ya kudhoofika, anasema mwili wake umeimarika.
Hili halikutafsiriwa na washambuliaji wake kama kupona kawaida.
Ilizidisha uadui.
Majaribio yaliendelea.
Anaelezea kuwindwa.
Anaelezea harakati kutoka sehemu moja hadi nyingine.
Anaelezea kuhubiri katika vijiji na kuondoka kabla ya kulipiza kisasi kupangwa.
Anaelezea kufanya kazi kwa siri kwa sababu ukaribu na waumini uliwaweka katika hatari. Wakristo waliogopa kushirikiana naye kwa sababu historia yake ya zamani ilimfanya awe kivutio cha majibu ya vurugu.
Alisema kumbadilisha Mwislamu ni vita moja.
Kumzuia mtu aliyebadili ni jambo lingine.
Uadui haukuwa wa kihisia.
Ilikuwa ya kimkakati.

Anasema mifumo na miundo ya serikali ilihusika katika ngazi fulani. Shinikizo liliongezeka zaidi ya wanamgambo waliotengwa.
Wakati mmoja, ukali wa tishio ulihitaji kuingilia kati.
Anasimulia kwamba mipango ya ngazi ya urais iliwezesha kuhamishwa kwake hadi Marekani.
Haja ya kuondolewa haikuwa kwa ajili ya urahisi.
Ilikuwa kwa ajili ya kuishi.
Uangalizi wa kimatibabu ulifuatwa.
Alinusurika.
Anaweka muundo waziwazi:
Risasi hazikumtoa chini.
Sumu haikummaliza.
Kuvizia hakummaliza.
Majaribio tisa.
Kushindwa tisa.
Anahusisha kila moja na uhifadhi wa kimungu.
Mwanamgambo ambaye hapo awali alipigana vita vya wenyewe kwa wenyewe sasa alisimama kama kiongozi Mkristo chini ya tishio la kila mara.
Na bado, alibaki hai.

SURA YA 9

Wanafunzi Waliofichwa na Utiifu Umefichwa

Baada ya majaribio ya mauaji, baada ya risasi na sumu, baada ya kuhamishwa na kunusurika, maisha ya Isa yaliingia katika aina tofauti ya mvutano.
Uongofu wa umma ni vita moja.
Utii endelevu ndani ya mazingira ya uadui ni jambo lingine.
Katika ushuhuda wake, alielezea ugumu wa kubaki katika mazingira ambapo kuambukizwa kunaweza kumaanisha kifo cha haraka—sio kwake tu, bali pia kwa wengine wanaohusiana naye.
Alizungumzia kuhusu kufanya kazi kwa busara.
Alizungumzia ushirika mdogo kwa sababu waumini waliogopa ukaribu ungeweza kuwafanya kuwa shabaha.
Alielezea kuishi "katikati" — hakuaminiwa kikamilifu na Wakristo mwanzoni kwa sababu ya hadhi yake ya zamani ya kijeshi, na kuwindwa na wanajihadi kwa sababu ya utiifu wake mpya.
Hii inaleta mwelekeo usioeleweka mara nyingi wa ufuasi:
Utii uliofichwa si lazima uwe maelewano.
Maandiko yanarekodi mifumo kama hiyo.
Nikodemo alikuja usiku.
Yusufu wa Arimathaya alimfuata kwa siri hadi wakati wa mazishi.
Esta alificha utambulisho wake hadi wakati ulipopangwa.
Naamani aliapa uaminifu kwa Mungu wa Israeli huku akiwa bado amesimama kando ya mfalme katika hekalu la kigeni.
Ufuasi uliofichwa si kukataa.
Ni kuishi huku utii ukibadilika ndani.

Katika maeneo ambayo Uislamu unatawala muundo wa kijamii na kisiasa, baadhi ya waongofu hawaondoki mara moja katika mazingira yao ya kimwili.
Baadhi wanaendelea kuhudhuria majengo ya misikiti kwa nje huku wakisali ndani kupitia Kristo.
Huu si mkanganyiko wa kitheolojia.
Ni maisha ya kimkakati.
Isa alielezea ukweli kwamba kumbadilisha Mwislamu ni mgongano mmoja.
Kumweka mwongofu huyo hai na imara katika imani ni jambo lingine.
Vita haviishii kwenye kukiri.
Inazidi kuwa kubwa.
Kuna waumini ambao hubaki ndani ya mifumo huku utii ukibadilika.
Wanaomba tofauti.
Wanaamini tofauti. Wanamkiri Kristo ndani. Wanafanya kazi kwa uangalifu.
Hizi si miundo ya kubuni.
Wanaishi katika maeneo yenye uhasama.
Hadithi ya Isa haipendekezi maonyesho ya umma kama aina pekee ya uaminifu.
Inaonyesha kwamba utii kwanza ni wa kiroho, kisha unaonekana.
Baadhi ya wanafunzi lazima waondoke kimya kimya.
Baadhi lazima wahame hadharani.
Hekima ya kutambua ni nini kinachohitajika si udhaifu—ni ukomavu.
Mpiganaji huyo aliyefunzwa kuwaangamiza Wakristo sasa anaelewa kitu tofauti:
Sio kila vita hupiganwa kwa kufichuliwa.
Baadhi hupiganwa kwa uvumilivu.

SURA YA 10

Kuanzia Kuokoka Hadi Muundo: Mamlaka ya Huduma

Kuokoka pekee si urithi.
Watu wengi hunusurika mashambulizi.
Ni wachache wanaojenga taasisi baadaye.
Baada ya majaribio ya mauaji, baada ya kuhamishwa, baada ya kupona kimatibabu, baada ya miaka mingi ya kuhubiri chini ya tishio, hadithi ya Isa haikuishia mafichoni.
Ilibadilika kuwa muundo.
Hakujenga jukwaa la utu.
Aliunda tume.
Tume hiyo inajulikana kama **Evangelical Biblical Outreach Ministries International (EBOMI)** .
Mamlaka yake, kama ilivyoelezwa hadharani, ni wazi:
Kuhamasisha, kuwafunza, kuwaandaa, na kuwawezesha waumini, viongozi wa kanisa, watumishi wa umma, na wanasiasa kuingia katika hatima yao ya kinabii na kuhubiri kile ambacho huduma inakielezea kama Injili isiyochanganywa - kuharakisha ukuaji wa Ufalme kupitia maombezi na uamsho.
Lugha ya huduma inaonyesha mada thabiti kutoka maisha yake: walinzi.
Tovuti hiyo inarejelea Ezekieli 33:7, Ezekieli 22:26–30, na Isaya 62:6 — vifungu vinavyowaita walinzi kusimama kwenye pengo wakati mifumo inapoanguka.
Ujumbe si Ukristo tulivu.
Ni wajibu.
Amesema hadharani:

"Nilipookolewa kutoka kwa Jihadi ya Kiislamu, Bwana aliniambia, mwanangu nenda ukawachokoze walinzi wachukue nafasi zao ili nisiwaangamize watu."
Lugha ni ya moja kwa moja.
Agizo hilo ni la kupinga.
Msisitizo ni urejesho wa "alama muhimu za kale."
EBOMI ina makao yake makuu huko Jos, Jimbo la Plateau, Nigeria.
Inafanya kazi kama:

- Huduma ya kanisa.
- Tume ya mafunzo.
- Jukwaa la uamsho.
- Muundo wa uhamasishaji wa kinabii.

Lakini hadithi haiishii tu katika kuhubiri.
Kuna mwelekeo wa pili: ushiriki wa kibinadamu.
Kupitia **Wakfu wa El- Buba** , huduma hii inaenea hadi katika huduma ya vitendo.
Ulisema — na hili lazima lijumuishwe kwa uangalifu — kwamba zaidi ya 80% ya wanufaika ni Waislamu.
Maelezo hayo yana umuhimu.
Mwanaharakati huyo wa zamani sasa analisha, anaelimisha, na kuziwezesha jamii zilizoundwa kwa kiasi kikubwa na kundi la kidini alilowahi kulitetea kwa nguvu.
Msingi hufanya kazi:

- Taasisi za elimu.
- Mipango ya kilimo.
- Mashamba na ardhi iliyotengwa kwa ajili ya kilimo.
- Msaada kwa maskini na wasiojiweza.

Wengi wa wanaoungwa mkono ni Waislamu.
Huu si usemi wa kiitikadi.
Ni mabadiliko ya kijamii.
Mwanamume aliyewahi kufunzwa kuharibu makanisa sasa anaendesha shule.
Mpiganaji huyo wa zamani wa jihadi sasa anatoa ardhi ya kilimo kwa maskini.
Huduma hubadilisha uchokozi.
Muundo unachukua nafasi ya kijeshi.

Utoaji wa masharti huchukua nafasi ya vurugu.
Hata ndani ya nyumba yake mwenyewe, hadithi ya mgawanyiko na kuishi pamoja bado ipo.
Umebainisha kwamba familia yake bado imegawanyika — baadhi ni Waislamu, baadhi ni Wakristo — lakini bado wanakula pamoja.
Maelezo hayo yana nguvu.
Inaonyesha kwamba ubadilishaji haukufuta muunganisho wa uhusiano.
Utiifu ulibadilika.
Heshima ya binadamu ilibaki.
Sura hii ni muhimu kwa sababu inazuia simulizi kuishia katika mateso pekee.
Inaonyesha matunda.
Inaonyesha miundombinu.
Inaonyesha mwendelezo wa kitaasisi.
Inaonyesha kwamba malezi yenye nidhamu, yakielekezwa upya, yanaweza kujenga jamii badala ya kuishambulia.

HITIMISHO LA SEHEMU YA 1

Utiifu Huzalisha Nini

Mfungo wa mtoto wa miaka mitano.
Kijana mwenye msimamo mkali. Mshauri aliyepigwa na moto.
Mwanaume aliyeona kuzimu. Alijisalimisha mwaka wa 1982.
Majaribio tisa ya mauaji. Risasi. Sumu. Uokoaji. Kuokoka.
Na kisha—
Shule.
Mashamba. Kazi ya msingi. Walinzi walihamasishwa. Jamii za Kiislamu zilihudumu. Familia iliyogawanyika bado ikila meza moja.
Hadithi hiyo haitukuze vurugu.
Inafichua uundaji.
Haifanyi mateso kuwa ya kimapenzi.
Inaonyesha uvumilivu.
Haionyeshi ubadilishaji kama kutoroka.
Inawasilisha kama uhamisho wa utii na matokeo yake.
Sasa swali linarudi kwa msomaji:
Ikiwa nidhamu ya kijeshi inaweza kujenga uharibifu, utii wa nidhamu kwa Kristo unaweza kujenga nini ?
Sehemu ya II si pendekezo.
Ni majibu.

Nyaraka Zilizo Hai – Mfululizo wa Ibada wa Siku 40 - Masomo 3 YANAANZA... >>>>>

JINSI YA KUTUMIA IBADA HII

Mwongozo wa Uundaji kwa Watu Binafsi, Familia, na Jamii

Safari hii ya siku 40 haikusudiwi kutumiwa.
Imeundwa kukuumba.
Hii si ratiba ya kusoma.
Ni njia ya malezi.
Sogea polepole.
Sogea kwa uaminifu. Sogea kwa makusudi.

KWA WATU BINAFSI

Ibada hii imekusudiwa kuishi siku moja baada ya nyingine. Haijaharakishwa.
Haijapangwa kwa mpangilio. Haijaharakishwa.

Mdundo Unaopendekezwa wa Kila Siku (Dakika 20–30)

Kila siku ina:

• Mtangazaji wa masimulizi

• Maandiko Mawili (Agano la Kale na Jipya) • Masomo • Maswali ya Kutafakari • Tamko • Maombi • Hatua ya Kuchukua Hatua

Zipitie kwa mpangilio huu:

1. Soma Polepole

Usitafute
kwa kasi. Usitafute mambo muhimu. Soma kana kwamba maisha yako yanachunguzwa — kwa sababu ndivyo yanavyochunguzwa.

2. Kaa na Maandiko

Soma vifungu vyote viwili kwa sauti ikiwezekana.
Angalia mvutano. Angalia upinzani. Angalia imani.
Usijitetee dhidi ya Neno.

3. Tafakari Bila Utendaji

Maswali si ya kuonyesha kiakili.
Ni vioo.
Jibu kwa ufupi.
Jibu kwa uaminifu. Hujapewa alama — unaundwa.

4. Tangaza kwa Nia

Matamko hayo si kauli za motisha.
Ni kauli za upatanishi.
Zizungumze polepole.
Acha utashi wako ukubaliane kabla hisia zako hazijafanya hivyo.

5. Tii Hatua ya Kuchukua Hatua

Kila siku inajumuisha tendo dogo la utii.
Fanya kimya kimya.

Usitangaze.
Usiichapishe. Usiigize.
Uundaji hutokea katika utii uliofichwa.

Mkao kwa Matumizi ya Kibinafsi
Kwa ibada hii kufanya kazi yake:
• Soma siku moja kwa siku pekee
• Pinga hamu ya kusonga mbele • Usitafute uzoefu wa kihisia — tafuta mpangilio • Jarida la kile kinachofafanua utii • Ikiwa siku inakuhukumu sana, kaa hapo kwa saa 24–48
Mabadiliko hayapimwi kwa kasi.

KWA FAMILIA

Safari hii inaweza pia kutumika ndani ya familia zinazopitia imani zilizogawanyika, mvutano wa vizazi, au miundo ya imani iliyorithiwa.

Mdundo uliopendekezwa:

- Kila mtu anakamilisha usomaji wa kila siku mmoja mmoja
- Mara moja kwa wiki, shiriki tu kile kilichokumbwa kibinafsi
- Hakuna marekebisho. Hakuna mafundisho. Hakuna mjadala.

Heshimu mchakato.

Uundaji hauwezi kuishi katika hoja.

KWA VIKUNDI VIDOGO NA MIZUNGUKO YA UFUASI

Ibada hii inafanya kazi kwa nguvu katika:
• Vikundi vya uongozi
• Jumuiya za maombi • Vikundi vya maombezi • Timu za ufuasi • Miduara ya malezi ya kiroho

Muundo Unaopendekezwa

Badala ya kukutana kila siku, vikundi vinapaswa:
• Kamilisha siku tano za ibada faraghani
• Kusanyikeni mara moja kwa wiki • Acha siku moja kwa ajili ya kupumzika au kujumuika
Hii inaruhusu utii kutekelezwa kibinafsi na kushughulikiwa na shirika.

Mtiririko wa Kikundi wa Dakika 60–90

1. Ukimya wa Dakika Tano

Hakuna taarifa mpya. Hakuna matangazo. Acha chumba kitulie.

2. Tafakari ya Pamoja (Hakuna Maoni)

Kila mtu anajibu tu: • Ni nini kilinifichua wiki hii? • Nilipinga wapi? • Mungu alifafanua nini?
Hakuna kufundisha.
Hakuna kurekebisha mambo. Hakuna mazungumzo ya msalaba.

3. Kusoma Maandiko Upya

Soma kifungu kimoja cha Agano la Kale na kifungu kimoja cha Agano Jipya kwa sauti tena.
Uliza:
• Ni mpangilio gani unaohitajika? • Ni tunda gani linaloanza kujitokeza?

4. Maombi

Omba utii — si faraja. Tangaza upatanifu pamoja.

Maagano ya Kikundi (Hayawezi Kujadiliwa)

Ili hili libaki kuwa mazingira ya uundaji:

• Hakuna kusahihishana
• Hakuna mafundisho yasiyoombwa • Hakuna ushauri isipokuwa umealikwa • Hakuna kushiriki nje ya kikundi • Hakuna kulinganisha kiroho
Hii ni ardhi takatifu.
Ilinde.

KWA VIONGOZI NA WAWEZESHAJI

Kama unawaongoza wengine katika safari hii:
Jukumu lako si kutawala.
Jukumu lako ni kulinda mwendo na mazingira.
• Imani ya uaminifu
• Ruhusu ukimya • Usikimbilie nyakati zisizofurahi • Epuka kugeuza tafakari kuwa mahubiri
Kitabu hiki huunda mhusika kabla ya uwezo.
Ikiwa uwezo unakua bila tabia, kuanguka hufuata.

KITABU HIKI NI NINI — NA SI KINACHO
Kitabu hiki ni:
• Njia ya malezi iliyopangwa
• Chombo cha ufuasi • Mgongano wa utii • Uwanja wa mafunzo kwa uvumilivu
Kitabu hiki si:
• Kitabu cha theolojia
• Ibada ya motisha • Utafiti unaozingatia utu • Tamasha la ushuhuda
Imeundwa kuacha alama — si hisia.

Neno la Mwisho
Iwe unapitia safari hii peke yako au katika jamii, jukumu ni lile lile:
Huombiwi kuipenda hadithi hiyo.
Unaombwa kuchunguza uaminifu wako.
Soma polepole.
Tii kimya kimya. Vumilia kwa uthabiti.
Ulimwengu unasoma maisha yako.
Kuwa rahisi kusoma.

SEHEMU YA PILI

SAFARI YA MKAKATI YA UAMINIFU YA SIKU 40

Imejengwa Ili Kustahimili Moto - Wajibu wa Mlinzi

Mada ya Mlinzi si lugha ya kishairi.
Ni wajibu.
Ezekieli 33:7 inazungumzia mtu anayeona hatari na lazima azungumze.
Huduma ya Isa inakiita kizazi hiki kama kile ambacho makuhani walikubaliana, manabii walipotoka, viongozi walikandamizwa, na watu waliacha utakatifu.
Kushindwa hakukuwa miongoni mwa viongozi pekee.
Ilikuwa miongoni mwa walinzi walioacha kazi yao.
Sehemu ya II si pongezi.
Ni nafasi.
Kwa siku arobaini, utajenga kile ambacho huenda umekipuuza.
Hutafuata hisia.
Utafuata muundo.
Hutafuata uzoefu.
Utakuza uvumilivu.
Hutaiga uanajeshi.
Utakuza utii wenye nidhamu.
Hii si kuhusu kuwa na sauti kubwa.
Ni kuhusu kuwa imara.
Siku arobaini zijazo si za mfano.
Ni za usanifu.
Sehemu ya kwanza ilikuonyesha maisha yaliyotengenezwa chini ya moto.
Sehemu ya II itakusaidia kujenga moja ambayo itasimama moto unapoingia.

Geuza ukurasa.

SIKU YA 1

Uundaji Kabla ya Moto

Mtangazaji wa Hadithi

Kabla Isa hajaona mbingu.
Kabla hajaona kuzimu.
Kabla hajaona moto kutoka mbinguni.
Kabla ya kunusurika risasi.
Aliumbwa.
yake alijenga jengo ndani ya nyumba.
Sala ilikuwa na nidhamu. Kawaida haikuwa na mjadala. Uzito wa kidini ulitekelezwa.
Kufikia umri wa miaka mitano, kufunga kulikuwa kumeanza.
Kufikia ujana, kurudiarudia kulikuwa kumekuwa utambulisho.
Mgogoro ulipokuja, hakuitikia bila mpangilio.
Aliitikia kutoka kwa uundaji.
Moto haukuunda nguvu.
Uundaji ulifanya hivyo.

Nanga za Maandiko
Agano la Kale
"Kama misingi ikiharibika, mwenye haki atafanya nini?"
- Zaburi 11:3
Moto hufichua msingi.
Agano Jipya
"Kila mtu asikiaye maneno yangu haya na kuyafanya... atafananishwa na mtu mwenye busara aliyejenga nyumba yake juu ya mwamba."
— Mathayo 7:24
Uvumilivu hujengwa kabla ya dhoruba kufika.

Somo
Hutafikia kiwango cha hamu yako.
Utaanguka hadi kiwango cha malezi yako.
Uundaji wa mapema wa Isa ulijenga nguvu ya kijeshi.
Baadaye, nidhamu ya Kikristo ilibidi ijenge upya muundo.
Somo kwako:
Imani ya kawaida huanguka chini ya shinikizo.
Imani iliyo na nidhamu huendelea kuishi.
Huwezi kusubiri mgogoro ujenge msingi.

Maswali ya Tafakari

1. Msingi wangu wa kiroho wa sasa umejengwa juu ya nini?
2. Kama mateso au shinikizo lingekuja, ni tabia gani zingenisaidia?
3. Je, sala yangu ni ya nidhamu au ya kihisia?
4. Je, nategemea mikusanyiko ya kanisa zaidi ya ibada binafsi?
5. Ni muundo gani wa kila siku unaounda utii wangu?

Andika majibu yako.

Tamko
Simama na utangaze:
"Msingi wangu hautakuwa wa bahati mbaya.
Nitajenga kabla ya dhoruba. Utii wangu utajengwa. Imani yangu haitaanguka chini ya shinikizo."
Rudia polepole.

Maombi Yaliyopangwa (Dakika 30)
1. Ibada (dakika 10)
Mkiri Kristo kama msingi wako.
2. Toba (dakika 10)
Ungama kutokukubaliana kiroho na uvivu.

3. Mpangilio (dakika 10)
Mwombe Mungu akujengee nidhamu katika maisha yako ya kila siku.

Pointi za Kuchukua Hatua
Leo utafanya hivi:
1. Weka muda wa maombi kila siku (angalau dakika 20).
2. Chagua Injili moja ya kusoma mfululizo kwa siku 30.
3. Ondoa kikwazo kimoja kinachodhoofisha umakini.
4. Andika ratiba ya kiroho ya kibinafsi na uiweke waziwazi.
5. Mjulishe mtu kwamba unajitolea kukua kwa nidhamu.

SIKU YA 2

Nguvu ya Utulivu Inayobadilisha Anga

Mtangazaji wa Hadithi

Uongofu wa kwanza katika kaya haukuwa wa sauti kubwa.
Haikuwa ya kijeshi.
Haikuwa ya makabiliano. Haikuhitaji mabadiliko ya haraka.
Ilikuwa mama.
Hakuondoka nyumbani.
Hakuanzisha mijadala ya hadhara. Hakuacha uwajibikaji.
Alibaki.
Ndani ya nyumba ya Kiislamu iliyopangwa vizuri.
Mvutano wa ndani. Hatari ya ndani.
Uongofu wake haukuanza na hoja.
Ilianza kwa uthabiti.
Wakati mwingine historia haibadiliki kupitia nguvu,
bali kupitia uvumilivu wa kimya kimya.

Nanga za Maandiko
Agano la Kale
"Nyumba hujengwa kwa hekima, na kwa ufahamu huimarishwa."
- Mithali 24:3
Sio kila msingi huwekwa kwa nguvu.
Baadhi huwekwa kwa uthabiti.
Agano Jipya
"Kadhalika ninyi wake, watiini waume zenu, ili, ikiwa baadhi yao hawalitii neno, wavutwe kwa mwenendo wa wake zao, pasipo neno."
- 1 Petro 3:1

Mabadiliko si mara zote huwa ya sauti kubwa.
Mara nyingi huonekana.

Somo
Nguvu haijitangazi kila wakati.
Wakati mwingine huvumilia.
Mama hakulazimisha uongofu.
Aliiga imani.
Hakujiondoa kwenye shida.
Alibaki ndani yake.
Waumini wengi wanaamini kwamba kutoroka ni imani.
Lakini wakati mwingine uvumilivu ni imani.
Nyumba yako.
Mahali pako pa kazi. Mazingira yako.
Huenda usidhibiti muundo unaokuzunguka.
Lakini unadhibiti uthabiti wako ndani yake.

Maswali ya Tafakari

1. Mungu ameniweka wapi ninapohisi uadui au ninahisi mkavu kiroho?
2. Je, nimejaribu kutoroka badala ya kuvumilia?
3. Je, mwenendo wangu unaonyesha mabadiliko?
4. Je, mtu anayeishi nami angemwona Kristo bila mimi kuhubiri?
5. Je, mimi ni thabiti ninapoonekana?

Andika majibu yako polepole.

Tamko
Sema kwa sauti kubwa:
"Sitaacha wadhifa wangu.
Uthabiti wangu utazungumza. Mwenendo wangu utamwakisi Kristo. Nitavumilia bila maelewano."
Rudia kwa makusudi.

Maombi Yaliyopangwa (Dakika 30)
1. Ibada (Dakika 10)
Mshukuru Mungu kwa mazingira aliyokuweka.

2. Kujisalimisha (Dakika 10)
Achilia mbali kuchanganyikiwa kwako kuhusu mazingira magumu.
3. Nguvu (Dakika 10)
Omba uvumilivu wa kimya kimya na usadikisho thabiti.

Pointi za Kuchukua Hatua
Leo utafanya hivi:

1. Chagua uhusiano mmoja ambapo utamfuata Kristo kupitia tabia, si hoja.
2. Ondoa tabia moja ya kujibu (kulalamika, usemi mkali, kuepuka).
3. Andika ahadi moja ya sentensi kuhusu uthabiti na uiweke mahali panapoonekana.
4. Omba hasa kwa ajili ya mtu katika mazingira yako ambaye hakubaliani nawe.
5. Jitolee kubaki mwaminifu pale ulipo kwa siku 7 zijazo bila kurudi nyuma.

SIKU YA 3

Hukumu Inayookoka Upanga

Mtangazaji wa Hadithi

Wakati imani ilipobadilika kutoka uvumilivu wa kimya kimya hadi tamko linaloonekana, mwitikio uliongezeka.
Mwana alichagua tofauti.
Uamuzi huo haukuwa wa kinadharia.
Ulikuwa wa umma.
Na jibu halikuwa laini.
Upanga uliinuliwa.
Gharama ya utii ikawa mara moja.
Hukumu inavumiliwa ilhali ni ya faragha.
Inapingwa inapoonekana.
Imani inayokaa kimya mara nyingi huepuka makabiliano.
Imani inayojulikana huvutia upinzani.
Utiifu daima huleta matokeo.

Nanga za Maandiko
Agano la Kale
"Chagueni leo mtakayemtumikia... Lakini mimi na nyumba yangu tutamtumikia BWANA."
— Yoshua 24:15
Uaminifu wa umma unahitaji uamuzi.
Agano Jipya
"Naam, wote wapendao kuishi maisha ya utauwa katika Kristo Yesu watateswa."
— 2 Timotheo 3:12
Hukumu si ya upande wowote.
Huchochea mwitikio.

Somo
Kila mwamini hatimaye anakabiliwa na swali hili:

Je, utii wangu utabaki ndani,
au utaonekana wazi?
Mara tu imani inapobadilika kutoka mawazo hadi kutangaza, shinikizo huongezeka.
Hii haimaanishi kila wakati unyanyasaji wa kimwili.
Inaweza kumaanisha:

- Upinzani wa kijamii
- Mvutano wa kifamilia
- Kizuizi cha kazi
- Kukataliwa
- Kutokuelewana

Huenda upanga usiwe wa chuma.
Lakini itakuwa kweli.
Hukumu ambayo haiwezi kustahimili upinzani bado haijajikita.

Maswali ya Tafakari

1. Ni wapi nimeweka imani yangu kimya ili kuepuka usumbufu?
2. Ni mahusiano gani yangebadilika kama ningekuwa wazi kabisa kuhusu utii wangu?
3. Je, niko tayari kwa kutokuelewana?
4. Ni hofu gani inayoficha imani yangu kwa kiasi fulani?
5. Je, ningebaki imara ikiwa shinikizo litaongezeka?

Jibu bila kutia chumvi kiroho.

Tamko

Simama na utangaze:
"Utii wangu si wa masharti.
Sitapunguza imani yangu. Nitabaki thabiti chini ya shinikizo.
Ninamchagua Kristo waziwazi na bila maelewano."
Sema polepole.

Maombi Yaliyopangwa (Dakika 30)

1. Ibada (Dakika 10)
Mkiri Kristo kama Bwana juu ya sifa yako.
2. Ujasiri (Dakika 10)
Omba nguvu ya kusimama bila uadui na bila woga.
3. Ulinzi (Dakika 10)
Omba hekima na kifuniko cha kimungu juu ya utii unaoonekana.

Pointi za Kuchukua Hatua

Leo utafanya hivi:

1. Jitambulishe hadharani na Kristo kwa njia moja ndogo lakini ya makusudi.
2. Kataa makubaliano moja ambayo yanadhoofisha uadilifu.
3. Kuwa na mazungumzo moja ya kweli ambayo umeepuka.
4. Soma Yoshua 24 kwa sauti.
5. Omba hasa kwa ajili ya ujasiri, si faraja.

SIKU YA 4

Mungu Anapokatiza Blade

Mtangazaji wa Hadithi

Upanga ulikuwa halisi.
Nia ilikuwa ya mwisho.
Mgomo huo haukuwa wa mfano.
Na bado blade haikutua.
Kile ambacho kingekomesha maisha hakikufanikiwa.
Kuna nyakati maishani ambapo kuingilia kati hakuwezi kupingwa.
Ambapo hali hupita zaidi ya maelezo ya kibinadamu.
Ambapo kuishi si mkakati.
Ni usumbufu.
Kabla ya kujisalimisha.
Kabla ya huduma. Kabla ya athari kwa umma.
Kulikuwa na uhifadhi.
Wakati mwingine Mungu hukulinda kabla hujaelewa kikamilifu sababu.

Nanga za Maandiko
Agano la Kale
"Kila silaha itakayofanyika juu yako haitafanikiwa."
- Isaya 54:17
Silaha zinaweza kutengenezwa.
Si mara zote hutimiza kusudi.
Agano Jipya
"Bwana ataniokoa na kila shambulio baya, na kunileta salama hata ufalme wake wa mbinguni."
— 2 Timotheo 4:18
Uokoaji hauondoi shambulio.
Unalishinda.

Somo
Kuingilia kati si haki.
Ni rehema.
Uhifadhi si uthibitisho wa ukamilifu.
Ni ushahidi wa kusudi.
Baadhi ya watu hutafsiri kuishi kama bahati.
Wengine hutafsiri kama wakati.
Lakini wakati kitu kilichokusudiwa kukuangamiza kinashindwa,
kinahitaji kutafakari.
Jiulize:
Kwa nini bado niko hapa?
Umenusurika:

- Ajali.
- Ugonjwa.
- Kuanguka kwa kifedha.
- Kuvunjika kwa hisia.
- Hali ambazo zingepaswa kuishia tofauti.

Uhifadhi si wa kusubiri tu.
Inabeba jukumu.
Kama uliokolewa,
uliokolewa kwa ajili ya jambo fulani.

Maswali ya Tafakari

1. Ni wapi katika maisha yangu nimeona wazi uhifadhi?
2. Je, nilichukulia maisha kuwa ya kawaida tu?
3. Nimejiuliza kwa nini Mungu aliniokoa?
4. Je, ninaishi kana kwamba maisha yangu yana kusudi?
5. Ni nini kilicho karibu kuniangamiza hapo awali?

Andika matukio maalum.

Tamko
Sema kwa sauti kubwa:
"Nimehifadhiwa kwa kusudi.
Kuokoka kwangu si kwa bahati mbaya.

Sitapoteza rehema ya Mungu.
Nitaishi kimakusudi."
Rudia polepole.

Maombi Yaliyopangwa (Dakika 30–35)
1. Shukrani (Dakika 10)
Mshukuru Mungu kwa nyakati maalum za uhifadhi.
2. Kujisalimisha (Dakika 10)
Mrudishie mustakabali wako kwa makusudi.
3. Mpangilio (Dakika 10–15)
Omba ufafanuzi kuhusu kazi yako.

Pointi za Kuchukua Hatua
Leo utafanya hivi:

1. Andika nyakati tatu maalum ambapo ulihifadhiwa.
2. Shiriki moja ya shuhuda hizo na mtu.
3. Ondoa tabia moja inayoaibisha zawadi ya kuishi.
4. Omba Zaburi ya 23 kwa sauti.
5. Toa sehemu moja ya maisha yako kikamilifu kwa kusudi la Mungu.

SIKU YA 5

Ukweli Unapokusumbua

Mtangazaji wa Hadithi

Aliona.
Alionyeshwa kuzimu.
Alitambua nyuso.
Aliwaona walimu wa dini wenye heshima wakiwa katika mateso.
Aliona mbingu.
Aliona utulivu na amani.
Alirudi.
Na hakujisalimisha.
Ukweli hautoi utii wa papo hapo kila wakati.
Wakati mwingine husababisha usumbufu.
Usumbufu si uongofu.
Ni kufichuliwa.
Unaweza kuona na bado kupinga.
Unaweza kujua na bado ukachelewa.
Unaweza kukabiliwa na bado ukawa mgumu.
Kuna msimu ambapo ukweli unasimama mlangoni,
na unaamua kama utafungua.

Nanga za Maandiko
Agano la Kale
"Farao akaufanya moyo wake kuwa mgumu, wala hakutaka kusikiliza."
— Kutoka 8:15
Kuona ishara hakuhakikishii kujisalimisha.
Agano Jipya
"Leo, kama mkisikia sauti yake, msiifanye mioyo yenu kuwa migumu."
— Waebrania 3:15

Kuchelewa kunaweza kuwa upinzani.

Somo

Waumini wengi hufikiri ujinga ndio tatizo lao.
Mara nyingi sivyo ilivyo.
Mara nyingi tatizo huwa ni kuchelewa.
Tayari unajua:

- Pale ambapo kuna maelewano.
- Ambapo nidhamu haipo.
- Ambapo utii umegawanyika.
- Ambapo toba inahitajika.

Ukweli tayari umekusumbua hapo awali.
Swali ni:
Uliigiza?
Usumbufu ni huruma.
Lakini rehema lazima ijibiwe.

Maswali ya Tafakari

1. Ni ukweli gani ambao Mungu tayari amenionyesha ambao nimechelewa kuutekeleza?
2. Ni wapi ninapopinga marekebisho kwa sasa?
3. Ni tabia gani ninayojua lazima ibadilike lakini sijaishughulikia?
4. Je, ninaitikia haraka kusadikishwa?
5. Je, ninazidi kuwa ganzi kiroho?

Jibu kwa uaminifu.

Tamko

Sema kwa sauti kubwa:
"Sitapinga ukweli.
Sitacheleweshа utii. Wakati kusadikika kutakapokuja, nitaitikia. Moyo wangu utabaki laini."
Rudia polepole.

Maombi Yaliyopangwa (Dakika 30–40)

1. Ungamo (Dakika 10)
Taja maeneo maalum ambapo ulipinga kusadikika.
2. Kulainisha (Dakika 10)
Mwombe Mungu aondoe ugumu wa moyo.
3. Utiifu (Dakika 10–15)
Omba ujasiri wa kutenda mara moja unapokabiliwa.
Malizia na:
"Leo nachagua utii badala ya kuchelewa."

Pointi za Kuchukua Hatua
Leo utafanya hivi:

1. Chukua hatua moja ambayo umeiahirisha kiroho.
2. Omba msamaha pale ambapo umechelewesha toba.
3. Ondoa maelewano mara moja yanayorudiwa.
4. Funga mlo mmoja kama ishara ya jibu.
5. Andika eneo moja la utii wa haraka na ulimalize leo.

SIKU YA 6

Uhamisho wa Utii wa Siku

Mtangazaji wa Hadithi

Baada ya usumbufu.
Baada ya upinzani.
Baada ya mzozo.
Baada ya moto.
Baada ya kuishi.
Kulikuja wakati ambao haukumtikisa kwa nje.
Ilimvunja moyo.
Aliielezea kama njozi.
Alimwona Yesu.
Aliona kuzimu tena.
Aliona mbingu tena.
Lakini wakati huu, jambo tofauti lilitokea.
Hakurudi bila kubadilika.
Alijisalimisha.
Mnamo 1982, utii ulihamishwa.
Hakumwongeza Yesu kwenye mfumo wake wa imani.
Hakujadili utambulisho.
Hakubadilisha Uislamu.
Alihamisha uaminifu.
Hiyo ndiyo maana ya uongofu:
Uhamisho.

Nanga za Maandiko
Agano la Kale
"Mtasitasita kati ya mawazo mawili hata lini? Bwana akiwa ndiye Mungu, mfuateni; bali ikiwa Baali, mfuateni yeye."
— 1 Wafalme 18:21
Utiifu hauwezi kugawanywa kwa muda usiojulikana.

Agano Jipya
"Kwa maana alituokoa kutoka katika nguvu za giza, akatuleta katika ufalme wa Mwana wake mpendwa."
— Wakolosai 1:13
Wokovu ni kuhama.
Ni uhamisho wa utawala.

Somo
Waumini wengi wanamsifu Yesu.
mdogo wa uhamisho .
Pongezi anasema:
"Nakubali."
Uhamisho unasema:
"Mimi ni wa."
Uhamisho unamaanisha:

- Kristo anashinda hofu.
- Kristo anazidi kabila.
- Kristo anazidi utambulisho wake wa zamani.
- Kristo anazidi itikadi.
- Kristo anashinda wokovu.

Hadi uhamisho wa utii,
malezi yanaendelea kugawanyika.
Huwezi kuwatumikia mabwana wawili.
Huwezi kubaki katika falme mbili.
Kuna siku ambapo uamuzi unakuwa wa mwisho.

Maswali ya Tafakari

1. Je, nimehamisha uaminifu kweli, au nimegawanyika kiroho?
2. Ni uaminifu gani wa ushindani ambao bado unanitawala?
3. Je, ninaogopa kupoteza kitu ikiwa nitaingia kabisa?
4. Kujisalimisha kabisa kungenigharimu nini?
5. Kama leo ingekuwa siku yangu ya uhamisho, ni nini kingebadilika mara moja?

Andika bila utendaji wa kiroho.

Tamko
Simama kimwili.
Sema kwa sauti kubwa:
"Ninahamisha utii wangu kikamilifu kwa Yesu Kristo. Yeye ni Bwana juu ya utambulisho wangu, maisha yangu ya nyuma, na maisha yangu ya baadaye. Ninakataa uaminifu uliogawanyika. Mimi ni wa Kristo."
Rudia polepole na kwa makusudi.

Maombi Yaliyopangwa (Dakika 40)
1. Ibada (Dakika 10)
Tangaza ukuu wa Kristo juu ya kila eneo la maisha yako.
2. Kujikana (Dakika 10)
Kukataa kwa maneno uaminifu wa ushindani.
3. Kujisalimisha (Dakika 10)
Toa utambulisho wako, sifa, na mustakabali wako.
4. Agano (Dakika 10)
Tia saini uaminifu wako kwa ahadi ya kusema.
Malizia na:
"Utii wangu umekamilika."

Pointi za Kuchukua Hatua
Leo utafanya hivi:

1. Andika agano la uaminifu la ukurasa mmoja na ulisaini.
2. Vunja au ondoa kitu au tabia moja inayohusiana na uaminifu uliogawanyika.
3. Jitambulishe hadharani kama mfuasi wa Kristo kwa njia moja iliyo wazi.
4. Funga mlo mmoja kama kitendo cha kimwili cha kujisalimisha.
5. Kariri Wakolosai 1:13.

SIKU YA 7

Utiifu Unapovutia Upinzani

Mtangazaji wa Hadithi

Kujisalimisha hakukuleta faraja.
Ilileta mgongano.
Baada ya utii kuhamishwa, upinzani uliongezeka.
Akawa shabaha.
Mfumo uleule aliokuwa akiutetea hapo awali sasa ulimashiria kuondolewa madarakani.
Risasi zilifyatuliwa.
Sumu ilitolewa.
Kufuatia kukiri kulifuata.
Uongofu si kutoroka kutoka kwenye migogoro.
Ni kuingia katika njia tofauti.
Utiifu unakufichua.

Nanga za Maandiko
Agano la Kale
"Ndipo Sauli akakasirika sana… na tangu siku hiyo Sauli akamtazama Daudi kwa makini."
— 1 Samweli 18:8–9
Upendeleo unapobadilika, upinzani hutazama.
Agano Jipya
"Ikiwa ulimwengu unawachukia ninyi, kumbukeni kwamba ulinichukia mimi kwanza."
—Yohana 15:18
Upinzani si ushahidi wa kushindwa.
Ni ushahidi wa upatanifu.

Somo

Waumini wengi wanatarajia amani mara tu baada ya kujisalimisha.
Lakini utii hupanga upya uaminifu.
Na uaminifu uliopangwa upya husababisha mwitikio.
Huenda upinzani usionekane kama milio ya risasi.
Inaweza kuonekana kama:

- Kujitenga.
- Kukataliwa kwa hila.
- Kupoteza fursa.
- Tuhuma.
- Uharibifu wa sifa.

Ukipima uaminifu kwa faraja,
utarudi nyuma.
Ukipima uaminifu kwa utii,
utavumilia.
Upinzani unafafanua utambulisho.

Maswali ya Tafakari

1. Ni nini kilichobadilika maishani mwangu baada ya kuwa mzito kuhusu Kristo?
2. Ni wapi nimekosea upinzani na kushindwa?
3. Je, mimi hujiondoa ninapohisi upinzani?
4. Ni aina gani ya upinzani inayonitisha zaidi?
5. Je, nashangaa wakati utii unanigharimu kitu?

Andika kwa usahihi.

Tamko

Sema kwa sauti kubwa:
"Sitarudi nyuma chini ya upinzani.
Upinzani utaniboresha, hautaniondoa. Utii wangu hautegemei faraja. Ninasimama imara."
Rudia kwa nguvu.

Maombi Yaliyopangwa (Dakika 35)

1. Ibada (Dakika 10)
Mkiri Kristo kama Bwana juu ya vita vyako.
2. Nguvu (Dakika 10)
Omba ustahimilivu chini ya upinzani.
3. Ulinzi (Dakika 10)
Omba ulinzi wa kimungu juu ya maisha yako na familia yako.
4. Uthabiti (Dakika 5)
Jitolee kuvumilia bila kujali matokeo.
Funga na:
"Ninabaki thabiti."

Pointi za Kuchukua Hatua
Leo utafanya hivi:

1. Tambua eneo moja ambapo upinzani ulikufanya usitasita.
2. Shiriki tena eneo hilo kwa ujasiri.
3. Mhimize mtu mwingine anayekabiliwa na upinzani.
4. Soma 1 Samweli 18 polepole.
5. Kataa uamuzi mmoja unaotegemea hofu.

SIKU YA 8

Imehifadhiwa Chini ya Moto

Mtangazaji wa Hadithi

Baada ya kujisalimisha, mashambulizi yaliongezeka.
Risasi ziliingia mwilini mwake.
Metal aligonga kichwa chake.
Damu ilitoka.
Alidhaniwa amekufa.
Sumu ilitolewa.
Ufuatiliaji ulizidi.
Majaribio tisa yalifanywa.
Na bado, alibaki hai.
Kuhifadhi si kukataa hatari.
Ni kukatizwa kwa uharibifu.
Kuna majira ambapo kuokoka yenyewe kunakuwa ushuhuda.
Swali si tu:
"Kwa nini nilishambuliwa?"
Lakini pia:
"Kwa nini bado niko hapa?"

Nanga za Maandiko
Agano la Kale
"Mateso ya mwenye haki ni mengi, lakini BWANA humwokoa nayo yote."
- Zaburi 34:19
Mateso hayabatilishi haki.
Ukombozi unathibitisha kusudi.
Agano Jipya
"Tunadhikika kila upande, lakini hatujasongwa; tunafadhaika, lakini hatukati tamaa; tunateswa, lakini hatuachwa; tunapigwa chini, lakini hatuangamizwi."
— 2 Wakorintho 4:8-9

Kupigwa chini si sawa na kuharibiwa.

Somo

Baadhi ya watu waliokoka mambo ambayo yangepaswa kuwakomesha.
Ajali.
Mashambulizi. Ugonjwa. Kuanguka kwa kifedha. Kuvunjika kwa akili.
Bado uko hapa.
Uhifadhi ni wajibu.
Kama Mungu alikuhifadhi,
alikuhifadhi kwa ajili ya jambo fulani.
Kuishi bila kusudi kunakuwa upotevu.
Kuokoka kwa kusudi kunakuwa utume.
Lazima uamue ni maisha yako yatakuwa yapi.

Maswali ya Tafakari

1. Ni nini ambacho nimenusurika ambacho mara chache nakitambua?
2. Je, ninachukulia uhifadhi kama jambo la kawaida?
3. Mungu anaweza kuwa ananilinda kwa kusudi gani?
4. Je, nimekuwa nikiishi kimakusudi tangu nilipohifadhiwa?
5. Ni nini kingebadilika ikiwa ningeamini kwamba kuokoka kwangu ni jukumu?

Andika matukio maalum.

Tamko

Simama na utangaze:
"Nimehifadhiwa kwa kusudi.
Kile ambacho kingepaswa kuniangamiza hakikuniangamiza.
Sitapoteza maisha yangu. Maisha yangu yana jukumu."
Rudia kwa makusudi.

Maombi Yaliyopangwa (Dakika 35–40)

1. Shukrani (Dakika 10)
Mshukuru Mungu kwa nyakati maalum zilizohifadhiwa.
2. Toba (Dakika 10)
Ungama pale ulipopoteza maisha yako.
3. Mpangilio (Dakika 10–15)
Omba uwazi na ujasiri wa kutembea katika kusudi.
4. Kujitolea (Dakika 5)
Mkabidhi Mungu maisha yako yaliyohifadhiwa.
Funga na:
"Ninaishi kimakusudi."

Pointi za Kuchukua Hatua

Leo utafanya hivi:

1. Andika matukio matatu ya uhifadhi katika maisha yako.
2. Shiriki ushuhuda mmoja na mtu.
3. Ondoa tabia moja inayoaibisha zawadi ya kuishi.
4. Omba Zaburi ya 34 kwa sauti.
5. Chukua hatua moja kuelekea utii wenye kusudi.

SIKU YA 9

Utiifu Bila Tangazo

Mtangazaji wa Hadithi

Baada ya kujisalimisha, kuonekana ikawa hatari.
Sio tu kwa ajili yake —
bali kwa wale walio karibu naye.
Alielezea kuishi "katikati."
Washirika wa zamani walimtaja kama msaliti.
Waumini wapya walimtazama kwa uangalifu.
Kushirikiana naye kunaweza kusababisha shambulio.
Hakuweza kusogea kwa sauti kubwa.
Ilibidi aende kwa busara.
Katika mazingira mengi ya uadui, baadhi ya waongofu
hawahami mara moja.
Wanabaki ndani ya familia zao.
Ndani ya jamii zao. Wakati mwingine hata ndani ya miundo
ya misikiti kwa nje.
Lakini ndani, utii umebadilika.
Ufuasi uliofichwa si kukataa.
Ni mkakati.
Si kila msimu unaoruhusu kutangazwa hadharani bila
matokeo.
Hekima si woga.
Ni usimamizi.

Nanga za Maandiko
Agano la Kale

"Naamani akasema... bwana wangu akiingia hekaluni mwa Rimoni kuabudu huko... BWANA na amsamehe mtumishi wako katika jambo hili."
— 2 Wafalme 5:18
Utiifu ulibadilika kabla ya mazingira.

Agano Jipya

"Basi palikuwa na mtu mmoja wa Mafarisayo, jina lake Nikodemo... aliyemwendea Yesu usiku."
— Yohana 3:1-2
Baadhi ya wanafunzi huanza kwa siri kabla ya kusimama hadharani.

Somo

Uaminifu hauonekani wa kusisimua kila wakati.
Kuna majira ambayo hekima inahitaji busara.
Lengo si kuonekana.
Lengo ni utii.
Baadhi ya waumini huchanganya kelele na ujasiri.
Wengine huchanganya ukimya na maelewano.
Tofauti ni nia.
Je, umekaa kimya kwa sababu ya hofu -
au utiifu wa kimkakati?
Je, umefichwa ili kuepuka mateso -
au kuhifadhi kazi?
Wakati mwingine Mungu hufanya kazi chini ya ardhi kabla ya kukuleta juu ya ardhi.

Maswali ya Tafakari

1. Je, ninaficha imani yangu kwa hofu — au ninaitumia hekima?
2. Ni wapi ninahitaji kuwa jasiri zaidi?
3. Ni wapi ninahitaji kuwa na mkakati zaidi?
4. Je, nimeona ukimya kuwa ni maelewano?
5. Je, uaminifu wangu wa ndani ni imara hata wakati hauonekani?

Jibu kwa makini.

Tamko
Sema kwa sauti kubwa:
"Utii wangu uko salama, iwe unaona au usioonekana. Nitatembea kwa hekima. Sitamkana Kristo. Sitatenda kwa upumbavu. Utii wangu umetulia."
Rudia kwa makusudi.

Maombi Yaliyopangwa (Dakika 35)
1. Ibada (Dakika 10)
Mheshimu Kristo kama Bwana juu ya maisha yako ya hadharani na ya faragha.
2. Utambuzi (Dakika 10)
Omba hekima ya kujua wakati wa kuzungumza na wakati wa kusubiri.
3. Ujasiri (Dakika 10)
Omba ujasiri wakati wa kuonekana unapofika.
4. Ulinzi (Dakika 5)
Jitoe wewe na wengine kwa ulinzi wa kimungu.
Funga na:
"Nifanye niwe na hekima na mwaminifu."

Pointi za Kuchukua Hatua
Leo utafanya hivi:
1. Tambua eneo moja ambapo unahitaji ujasiri.
2. Tambua eneo moja ambapo unahitaji kujizuia.
3. Omba kwa makusudi kwa ajili ya waumini katika maeneo yenye uadui.
4. Soma 2 Wafalme 5 na Yohana 3 polepole.
5. Chagua utii badala ya msukumo.

SIKU YA 10

Unafiki Unapokufanya Utake Kurudi Nyuma

Mtangazaji wa Hadithi

Mateso hayakukaribia kummaliza.
Risasi hazikufanya hivyo.
Sumu haikufanya hivyo.
Unafiki karibu ufanye hivyo.
Baada ya kujisalimisha.
Baada ya kuokoka. Baada ya huduma kuanza.
Aliingia katika maeneo ya Kikristo.
Alitarajia nidhamu.
Alitarajia uadilifu. Alitarajia mazoezi yanayoendana na mahubiri.
Badala yake, aliona kutolingana.
Aliona viongozi wakihubiri kile ambacho hawakuishi.
Aliona utendaji wa kiroho bila msingi. Aliona viwango viwili.
Amesema waziwazi: kulikuwa na msimu ambapo karibu arudi kwenye Uislamu — si kwa sababu Uislamu ulimshawishi tena, bali kwa sababu unafiki ndani ya Ukristo ulimchukiza.
Shinikizo halikutoka nje.
Ilitoka ndani.
Hilo ni hatari zaidi.

Nanga za Maandiko
Agano la Kale
"Ole wao wachungaji wanaoharibu na kuwatawanya kondoo wa malisho yangu!"
- Yeremia 23:1
Kushindwa kwa uongozi huharibu imani.
Agano Jipya

"Ole wenu, walimu wa sheria na Mafarisayo, wanafiki!"
— Mathayo 23:27
Unafiki unaharibu kiroho.

Somo

Waumini wengi wanaweza kustahimili mateso.
Wachache hunusurika kukata tamaa.
Upinzani wa nje huimarisha azimio.
Unafiki wa ndani hudhoofisha uaminifu.
Ukijenga imani yako juu ya watu,
watu watakuvuruga.
Ukijenga imani yako juu ya Kristo,
watu hawawezi kukung'oa.
Kushindwa kwa wengine hakufuti ukweli.
Kutolingana kwa viongozi hakumfanyi Kristo kuwa hafai.
Lazima uamue:
Je, unafiki utakuwa kisingizio chako -
au uboreshaji wako?

Maswali ya Tafakari

1. Je, kutokukubaliana kwa mtu kumedhoofisha imani yangu?
2. Je, nimehalalisha maelewano yangu kwa siri kwa sababu ya wengine?
3. Je, uaminifu wangu kwa Kristo — au kwa watu?
4. Ni wapi ninaposhawishika kujiondoa kwa sababu ya kukata tamaa?
5. Je, ninachangia unafiki ninaoukosoa?

Jibu bila kujitetea.

Tamko

Sema kwa sauti kubwa:
"Imani yangu imejikita katika Kristo, si watu.
Kushindwa kwa wengine hakutakuwa na maana ya utii wangu.
Ninakataa unafiki katika maisha yangu mwenyewe.
Ninabaki mwaminifu."
Rudia polepole.

Maombi Yaliyopangwa (Dakika 40)
1. Ibada (Dakika 10)
Weka imani yako katika Kristo pekee.
2. Kuachilia (Dakika 10)
Wasamehe wale ambao kutokukubaliana kwao kukuumiza.
3. Utakaso (Dakika 10–15)
Mwombe Mungu aondoe unafiki maishani mwako.
4. Azimia (Dakika 5)
Jitolee kwa uadilifu wa kibinafsi.
Funga na:
"Nitaishi ninachotangaza."

Pointi za Kuchukua Hatua

Leo utafanya hivi:

1. Msamehe mtu mmoja ambaye kutokubadilika kwake kulikuumiza.
2. Tambua eneo moja ambapo mazoezi yako lazima yalingane na mahubiri yako.
3. Soma Mathayo 23 kwa makini.
4. Ondoa kiwango kimoja cha maradufu kutoka maishani mwako.
5. Imarisha ibada yako ya faragha — isiyoonekana na wengine.

SIKU YA 11

"Tumepita Mbali Sana"

Mtangazaji wa Hadithi

Kulikuwa na muda mfupi baada ya kuongoka kwake.
Baada ya huduma kuanza.
Baada ya kuhubiri. Baada ya matunda yanayoonekana.
Kukata tamaa kulianza.
Aliona unafiki.
Aliona kutofautiana. Aliona viwango viwili vya kiroho.
Na ndani, alifanya uamuzi.
Angerudi.
Alikuwa tayari ameazimia moyoni mwake kwamba ujumbe atakaokuwa karibu kuhubiri ungekuwa wa mwisho kwake.
Baada ya hapo, angerudi kwenye Uislamu.
Alifikia hitimisho kwamba kile alichoacha kilikuwa angalau na nidhamu.
Alichoingia kilihisi kama kimeathirika.
Kisha, akafungua mlango wa chumba chake cha hoteli.
Na anasema Yesu alikuwa amesimama pale.
Anaelezea kuanguka chini ya mamlaka.
Na anasimulia maneno hayo waziwazi:
"Tumeenda mbali sana. Imechelewa sana kurudi nyuma."
Wakati huo haukuwa kuhusu wokovu.
Ilikuwa kuhusu uvumilivu.
Sio kuhusu uongofu.
Kuhusu kujitolea.
Kuna nyakati ambapo mapumziko yanahisi mantiki.
Na mbingu huingilia kati.

Nanga za Maandiko

Agano la Kale
"Mkumbukeni mke wa Lutu."
— Luka 17:32 (inarejelea Mwanzo 19)
Kuangalia nyuma kunaweza kuharibu hatima.
Agano Jipya
"Hakuna mtu anayeweka mkono wake kwenye jembe la ng'ombe kisha akaangalia nyuma anayefaa kwa ajili ya ufalme wa Mungu."
— Luka 9:62
Maendeleo yanahitaji kukataa kurudi nyuma.

Somo
Mapumziko ya kiroho mara chache huanza hadharani.
Inaanza kwa faragha.
Unaamua ndani kabla ya kutangaza nje.
Kukata tamaa kuna nguvu.
Vivyo hivyo na kukata tamaa.
Lakini kujiondoa ni hatari.
Huenda usiiache imani kimwili.
Lakini unaweza kurudi nyuma kwa nguvu.
Katika nidhamu. Katika kujitolea. Katika uzito.
Kuna nyakati ambapo Mungu lazima akukabiliane na uamuzi wako wa kupotoka.
Na atakapofanya hivyo, lazima uitikie.
Kuna wakati ambapo kurudi nyuma si chaguo tena.
Kwa sababu ukweli umefichuliwa.
Kwa sababu kujisalimisha kumetangazwa.
Kwa sababu utii umehamishwa.
Huwezi kujua unachokijua.
Huwezi kuona kile ulichokiona.

Maswali ya Tafakari

1. Ni wapi nimefikiria kurudi nyuma kiroho?
2. Ni kukata tamaa gani kulisababisha wazo hilo?
3. Je, nimepunguza nidhamu yangu kimya kimya?
4. Ni eneo gani la utii ambalo ninajaribiwa kuligeuza?

5. Kama Yesu angesimama mbele yangu leo, angekabiliana na nini?

Jibu kwa uaminifu.

Tamko

Simama na utangaze:
"Nimechelewa sana kurudi.
Utii wangu umekamilika. Kukata tamaa hakutavunja agano langu. Nitamaliza nilichoanza."
Rudia kwa uthabiti.

Maombi Yaliyopangwa (Dakika 40)

1. Ibada (Dakika 10)

Mkiri Kristo kama Bwana juu ya yaliyopita na yajayo.

2. Toba (Dakika 10)

Ungama uamuzi wowote wa ndani wa kupotoka.

3. Kujitoa Tena (Dakika 10–15)

Rudisha agano lako kwa maneno.

4. Nguvu (Dakika 5–10)

Omba uvumilivu chini ya kukata tamaa.
Funga na:
"Ninamaliza vizuri."

Pointi za Kuchukua Hatua

Leo utafanya hivi:

1. Tambua eneo moja ambapo umeteleza kimya kimya.
2. Rejesha nidhamu hiyo mara moja.
3. Ondoa ushawishi mmoja unaochochea kukata tamaa.
4. Soma Luka 9:57–62 polepole.
5. Sema uaminifu wako kwa sauti tena kabla ya kulala.

SIKU YA 12

Chukua Chapisho Lako

Mtangazaji wa Hadithi

Kulikuwa na baba.
Muundo. Mwenye nidhamu.
Mzito. Asiyeyumba.
Kulikuwa na mama.
Imebadilishwa.
Kimya. Kinachodumu. Mvutano thabiti ndani.
Kulikuwa na kaka.
Amehukumiwa.
Umma. Amelengwa. Amehifadhiwa.
Kulikuwa na Isa.
Mjeshi.
Amevurugika. Amekabiliwa. Amehamishwa.
Hadithi hiyo si kuhusu mtu mmoja pekee.
Ni kuhusu nafasi.
Kila mtu alisimama mahali fulani.
Baba alitetea utaratibu — hata wakati amri hiyo ilikuwa mbaya.
Mama alitetea hukumu — bila kuacha jukumu. Ndugu alisimama hadharani — na akakabiliana na upanga.
Isa alisimama katika ujeshi — kisha baadaye akajisalimisha.
Familia ilisimama imegawanyika — lakini bado iliunganishwa.
Kila mtu alikuwa na chapisho.
Hakuna mtu aliyekuwa upande wowote.
Swali si kama una ushawishi.
Swali ni kama umesimama katika nafasi yako uliyopewa.

Nanga za Maandiko
Agano la Kale

"Nilitafuta mtu miongoni mwao atakayejenga ukuta na kusimama mbele zangu mahali palipobomoka kwa ajili ya nchi ..."
— Ezekieli 22:30
Mungu huwatafuta watu walio tayari kusimama.

Agano Jipya

" Kwa sababu hiyo twaeni silaha zote za Mungu, mpate kuweza kushindana siku ya uovu, na mkiisha kuyatimiza yote, kusimama."
- Waefeso 6:13
Maelekezo ni rahisi:
Simama.

Somo

Katika kila mazingira — familia, mahali pa kazi, kanisa, taifa — kuna nafasi.
Baadhi hujenga.
Baadhi huvumilia. Baadhi hukabiliana. Baadhi huhifadhi.
Baba aliamini alikuwa akilinda ukweli.
Mama aliamini alikuwa akilinda ukweli. Kaka alichagua kutangaza ukweli. Isa ilibidi aamue ni nafasi gani atakayochukua.
Kusimama ni ghali.
Lakini kuelea ni uharibifu.
Walinzi wakiacha kazi yao,
mifumo huanguka.
Ikiwa wazazi wataacha kazi zao,
nyumba zao zitadhoofika.
Waumini wakiacha kazi yao,
maelewano huenea.
Agizo la Mlinzi si la wahubiri pekee.
Ni kwa kila mwamini.
Una chapisho.
Je, umeitambua?

Maswali ya Tafakari

1. Chapisho langu la sasa ni lipi — katika familia yangu, kanisani, mahali pa kazi?
2. Je, nimesimama kwa uaminifu katika nafasi hiyo?
3. Nimeacha wapi chapisho langu kihisia au kiroho?
4. Nikitoweka kutoka kwenye chapisho langu, ni nini kinachodhoofisha?
5. Ni mvutano gani ni lazima nivumilie ili nibaki pale Mungu aliponiweka?

Jibu kwa makini.

Tamko

Simama na utangaze:
"Sitaacha wadhifa wangu.
Nitasimama pale Mungu ameniweka. Sitapeperushwa chini ya shinikizo. Nitatimiza kazi yangu kwa uaminifu."
Rudia kwa makusudi.

Maombi Yaliyopangwa (Dakika 40)

1. Ibada (Dakika 10)
Mheshimu Mungu kama Yeye anayegawa nafasi.

2. Mpangilio (Dakika 10)
Omba ufafanuzi kuhusu chapisho lako.

3. Nguvu (Dakika 10–15)
Omba uvumilivu ubaki pale ulipoitwa.

4. Maombezi (Dakika 5)
Ombea wanafamilia yako — waumini na wasioamini.
Funga na:
"Nifanye mlinzi mwaminifu."

Pointi za Kuchukua Hatua

Leo utafanya hivi:

1. Andika eneo lako kuu la uwajibikaji.
2. Tambua eneo moja ambapo ni lazima uimarishe nidhamu.
3. Kuwa na mazungumzo moja ya kimakusudi katika familia yako kuhusu mwelekeo wa kiroho.

4. Omba mahususi kwa ajili ya wanafamilia waliogawanyika.
5. Kataa kitendo kimoja kinachodhoofisha ushawishi wako.

SIKU YA 13

Kula Mezani Moja

Mtangazaji wa Hadithi

Familia hiyo haikuongoka yote.
Baadhi waliendelea kuwa Waislamu.
Baadhi wakawa Wakristo.
Nyumba iliyokuwa na mdundo mmoja wa kidini sasa ilikuwa na mbili.
Na bado—
Bado walikula pamoja.
Maelezo haya yana nguvu.
Imani ilibadilika.
Utiifu ulibadilika. Imani iligawanyika.
Lakini uhusiano haukuvunjika kabisa.
Katika mazingira mengi, ubadilishaji husababisha kuvunjika kwa kudumu.
Katika hali hii, mvutano ulikuwepo — lakini muunganisho ulibaki.
Huu ni ukomavu.
Utiifu ulibadilika.
Lakini chuki haikuchukua nafasi.
Imani haikugeuka kuwa ukatili.
Ukweli haukuwa uadui.
Walishiriki milo.
Na milo ni muhimu.
Meza zinawakilisha uhusiano.
Ufikiaji. Mazungumzo. Heshima ya kibinadamu.
Unaweza kutokubaliana sana — na bado ukamtendea mtu kwa heshima.

Nanga za Maandiko
Agano la Kale

"Kama ikiwezekana, kwa kadiri inavyowategemea ninyi, kaeni kwa amani na watu wote."
— (Kanuni inaakisiwa katika Mithali yote; imejikita katika desturi za hekima ya Agano la Kale)
Amani si kujisalimisha.
Ni nidhamu.

Agano Jipya

"Ikiwezekana, kwa kadiri inavyowategemea ninyi, ishi kwa amani na watu wote."
- Warumi 12:18
Sio maelewano.
Amani.

Somo

Baadhi ya waumini huchanganya kujitenga na utakatifu.
Wengine huchanganya maelewano na amani.
Lakini kuna njia ya tatu:
Hukumu bila uadui.
Unaweza:

- Shikilia ukweli kwa uthabiti.
- Kukataa maelewano.
- Endelea kuwa katika uhusiano.
- Onyesha heshima.
- Dumisha mipaka.

Jedwali si uidhinishaji.
Ni ubinadamu.
Kama Kristo alikula na wenye dhambi bila kuidhinisha dhambi,
unaweza kukaa mezani bila kujisalimisha.
Nyumba zilizogawanyika zinahitaji ukomavu wa kiroho.
Huenda usimbadilishe kila mtu.
Lakini unaweza kuamua jinsi unavyotenda.

Maswali ya Tafakari

1. Je, nimechanganya imani na uchokozi?
2. Je, nimejiondoa kwenye mahusiano bila sababu?
3. Ni wapi ninahitaji mipaka yenye afya zaidi?
4. Je, ninaweza kushikilia ukweli bila uadui?
5. Je, kuna mtu ninayehitaji kumfikia tena kimahusiano?

Jibu kwa uaminifu.

Tamko

Sema kwa sauti kubwa:
"Imani yangu haitaleta chuki.
Nitasimama imara bila kuwa na uadui. Nitawatendea wengine kwa heshima. Ukweli na upendo vitakuwepo maishani mwangu."
Rudia polepole.

Maombi Yaliyopangwa (Dakika 35)
1. Ibada (Dakika 10)
Mheshimu Kristo kama Mfalme wa Amani.
2. Maombezi (Dakika 10)
Ombea wanafamilia waliogawanyika.
3. Hekima (Dakika 10)
Omba ukomavu katika kushughulikia mvutano.
4. Ulinzi (Dakika 5)
Ombea umoja bila maelewano.
Funga na:
"Nifundishe kusimama na kupenda."

Pointi za Kuchukua Hatua

Leo utafanya hivi:

1. Wasiliana na mtu mmoja ambaye hukubaliani naye kwa heshima.
2. Epuka hoja moja isiyo ya lazima.
3. Fanya mazoezi ya kusikiliza kabla ya kujibu.
4. Omba Warumi 12 kwa sauti.
5. Chagua amani inapowezekana.

SIKU YA 14

Mamlaka Inapokosa Ufunuo

Mtangazaji wa Hadithi

Kulikuwa na baba.
Muundo.
Mwenye nidhamu. Mwenye uzito kuhusu imani.
Hakulea watoto wa kawaida.
Alilea watoto wenye nidhamu.
Maombi yalilazimishwa.
Utaratibu wa kidini ulikuwa thabiti. Utaratibu uliheshimiwa.
Aliamini alikuwa akilinda ukweli.
Aliamini alikuwa akilinda familia yake. Aliamini alikuwa akihifadhi urithi.
Uongofu ulipoingia nyumbani, aliitikia kwa nguvu.
Kwake, ilikuwa ni usaliti.
Kwake, ilikuwa ni aibu. Kwake, ilikuwa ni uasi.
Upanga ulioinuliwa ndani ya nyumba hiyo haukuwa hasira tu.
Ilikuwa ni imani bila ufunuo.
Alikuwa na muundo.
Lakini alikosa mwanga.
Alikuwa na mamlaka.
Lakini alikosa mabadiliko.
Na mamlaka bila ufunuo yanaweza kuwa hatari.

Nanga za Maandiko
Agano la Kale
"Kuna njia ionekanayo kuwa sawa machoni pa mtu, lakini mwisho wake ni njia za mauti."
- Mithali 14:12
Uaminifu si sawa na usahihi.
Agano Jipya

"Kwa maana nawashuhudia kwamba wana bidii kwa ajili ya Mungu, lakini si kwa maarifa."
- Warumi 10:2
Bidii bila ufunuo hupotosha nguvu.

Somo

Siku hii si kuhusu kuwahukumu akina baba.
Ni kuhusu kuelewa ushawishi.
Baba katika hadithi hakuwa mtulivu.
Alikuwa mzito.
Lakini uzito bila ufunuo unaweza kuharibu.
Muundo una nguvu.
Nidhamu huunda utambulisho.
Mamlaka huunda akili.
Lakini ikiwa msingi si sahihi,
uundaji unakuwa uharibifu.
Baba huunda njia.
Viongozi huunda mwelekeo.
Wale walio na mamlaka lazima wachunguze:
Je, imani yangu imejikita katika ufunuo —
au mila iliyorithiwa?
Je, mamlaka yangu yanajenga maisha —
au yanatetea ubinafsi?
Je, nidhamu yangu inaleta uadilifu —
au hofu?
Mamlaka si ya upande wowote.
Inazidisha kile inachobeba.

Maswali ya Tafakari

1. Nina mamlaka gani katika maisha ya mtu?
2. Je, uongozi wangu unatokana na ukweli au kiburi?
3. Je, nimetetea mila zaidi kuliko ufunuo?
4. Je, nidhamu yangu hujenga upendo au vitisho?
5. Ni imani gani ambazo sijawahi kuzichunguza kwa undani?

Jibu bila kujitetea.

Tamko
Sema kwa sauti kubwa:
"Nitatafuta ufunuo, si mapokeo tu.
Mamlaka yangu yataakisi ukweli. Nidhamu yangu itatoa uzima. Ninakataa bidii ya kipofu. Ninafuatilia nuru."
Rudia kwa makusudi.

Maombi Yaliyopangwa (Dakika 40)
1. Ibada (Dakika 10)
Mheshimu Mungu kama mamlaka kuu.
2. Toba (Dakika 10)
Ungama kiburi au mila ambazo hazijachunguzwa.
3. Mwangaza (Dakika 10–15)
Omba ufunuo na uelewa.
4. Urekebishaji (Dakika 5–10)
Weka ushawishi wako kwa ukweli wa Mungu.
Funga na:
"Uongozi wangu na uwe na mizizi katika nuru."

Pointi za Kuchukua Hatua
Leo utafanya hivi:

1. Chunguza imani moja uliyorithi bila shaka.
2. Jifunze Maandiko moja kwa undani badala ya kutegemea dhana.
3. Omba msamaha ikiwa mamlaka yako imemjeruhi mtu.
4. Omba kwa ajili ya akina baba na viongozi.
5. Jitolee kuongoza kwa ukweli na unyenyekevu.

SIKU YA 15

Nguvu ya Kusadiki Kimya

Mtangazaji wa Hadithi

Alikuwa wa kwanza kuongoka.
Sio wanawe.
Sio mhubiri wa umma.
Yeye.
Ndani ya nyumba ya Kiislamu iliyopangwa vizuri.
Chini ya mume mwenye nidhamu. Ndani ya mazingira ya kidini ambayo hayakuvumilia upotovu.
Hakuacha ndoa.
Hakuacha nyumba. Hakulipiza kisasi.
Alibaki.
Aliomba.
Alivumilia. Alivumilia msongo wa mawazo.
Uongofu wake haukuwa wa sauti kubwa.
Uliishiwa.
Wanawe walitazama.
Mumewe aliitikia. Nyumba ilihama.
Lakini alisimama.
Historia mara nyingi huangazia mhubiri anayeonekana.
Lakini mbingu mara nyingi humtambulisha mwombezi aliyefichwa.
Kabla ya kujisalimisha hadharani,
kulikuwa na maombi ya faragha.

Nanga za Maandiko
Agano la Kale

"Hana alinena moyoni mwake; midomo yake tu ilitetemeka, lakini sauti yake haikusikika."
— 1 Samweli 1:13
Maombi ya kimya kimya yanaweza kubadilisha vizazi.

Agano Jipya

"Kuomba kwake mwenye haki kwa bidii kwafaa sana, akiomba kwa bidii."
- Yakobo 5:16
Maombezi husogeza mambo yasiyoonekana.

Somo

Sio nguvu zote ni kubwa.
Baadhi ya harakati zenye nguvu zaidi za kiroho huanza na mtu mmoja kukataa kuacha maombi.
Mama hakujadili theolojia kila siku.
Alidhihirisha imani.
Hakulazimisha mabadiliko.
Aliyabeba.
Nguvu yake ilikuwa thabiti.
Waumini wengi wanataka ushawishi unaoonekana.
Wachache wako tayari kubeba uvumilivu wa kimya kimya.
Maombi si udhaifu,
ni vita.
Uvumilivu si kutofanya mambo kwa utulivu.
Ni nguvu chini ya udhibiti.
Kama angeitikia kwa ukali,
nyumba ingeweza kuvunjika kabisa.
Badala yake, alivumilia kimkakati.

Maswali ya Tafakari

1. Mungu ameniita wapi ili nivumilie badala ya kutoroka?
2. Je, maisha yangu ya maombi ni thabiti au ni tendaji?
3. Je, ninaacha mazingira magumu haraka sana?
4. Je, nimepuuza nguvu ya uaminifu wa kimya kimya?
5. Ni athari gani ya kizazi ambayo uthabiti wangu unaweza kutoa?

Jibu polepole.

Tamko
Sema kwa sauti kubwa:
"Uthabiti wangu una nguvu.
Maombi yangu hayapotezi. Nitavumilia bila uchungu.
Nitashawishi bila nguvu. Imani yangu itabaki thabiti."
Rudia kwa utulivu.

Maombi Yaliyopangwa (Dakika 40)
1. Ibada (Dakika 10)
Mheshimu Mungu kama Yeye aonaye kwa siri.
2. Maombezi (Dakika 15)
Ombea familia yako na vizazi vijavyo.
3. Nguvu (Dakika 10)
Omba uvumilivu katika nafasi ngumu.
4. Kujisalimisha (Dakika 5)
Kutoa subira na kuchanganyikiwa.
Funga na:
"Nitie nguvu katika uaminifu wa utulivu."

Pointi za Kuchukua Hatua
Leo utafanya hivi:

1. Tenga dakika 20 za maombi yasiyokatizwa kwa ajili ya familia yako.
2. Ondoa tabia moja ya kupinga mabadiliko nyumbani kwako.
3. Andika majina ya watu utakaowaombea kila siku.
4. Chagua tendo moja la wema ndani ya mvutano.
5. Jitolee kwa siku 7 za maombezi thabiti.

SIKU YA 16

Wakati Kuhukumiwa Kunakugharimu Kwanza

Mtangazaji wa Hadithi

Kabla Isa hajajisalimisha hadharani, kaka yake mkubwa alikuwa tayari amevuka mipaka.
Jina lake lilitajwa.
Msimamo wake ulionekana. Imani yake haikufichwa.
Alipotangaza imani yake, mvutano ulilipuka.
Mwitikio haukuwa wa maneno tu.
Upanga uliinuliwa.
Shambulio hilo lilikusudiwa kuua.
Hii haikuwa hasira ya mfano.
Ilikuwa ni uzito wa kiwango cha utekelezaji.
Lakini mgomo huo haukutokea kamwe.
Alihamishwa kimwili kutoka eneo hilo hadi mahali pengine karibu kabla ya blade kumfikia.
Baadaye alishuhudia kwamba alihamishwa kimaajabu.
Wakati huo ulibadilisha kila kitu.
Hukumu ilikuwa imesababisha vurugu.
Uhifadhi ulifichua kusudi.
Hakufa.
Hakukana.
Hakujiondoa.
Miaka kadhaa baadaye, angehudumu katika uongozi wa wizara.
Yule aliyekaribia kuuawa kwa ajili ya uongofu akawa mchungaji.
Hukumu ya kwanza.
Kisha vitisho. Kisha uhifadhi. Kisha wito.

Nanga za Maandiko
Agano la Kale
"Walipomtupa motoni ... moto haukuwadhuru miili yao."
— Danieli 3:27
Uhifadhi unathibitisha mgawo.
Agano Jipya

"Wakawaita na kuwaamuru wasiseme hata kidogo… lakini Petro na Yohana wakajibu, 'Hatuwezi kuacha kusema.'"
— Matendo 4:18–20
Hukumu inazungumza hata chini ya tishio.

Somo
Mtu katika kila familia ndiye wa kwanza.
Wa kwanza kusimama.
Wa kwanza kuzungumza. Wa kwanza kufyonza majibu.
Ya kwanza mara nyingi hupata upinzani mkubwa zaidi.
Lakini pia huvunja kizuizi kwa wengine.
Msimamo wake ulitangulia kujisalimisha kwa Isa.
Uhifadhi wake ukawa ushahidi wa kimya kimya.
Ujasiri wako unaweza kuandaa njia kwa ajili ya mabadiliko ya mtu mwingine.
Kama angerudi nyuma,
hofu ingeongezeka.
Kama angekana imani yake,
mamlaka yangeimarika dhidi ya ukweli.
Lakini alisimama.
Kuaminiwa na umma ni ghali.
Lakini ni kichocheo.

Maswali ya Tafakari

1. Je, niko tayari kuwa wa kwanza katika utii?
2. Ni wapi nimeepuka kusadikishwa kunakoonekana?
3. Je, ukimya wangu umepunguza ujasiri wa mtu mwingine?
4. Ni hofu gani inayonizuia kusimama hadharani?
5. Ikiwa wokovu utafuata utii, Mungu anaweza kuwa analinda nini ndani yangu?

Jibu kwa uaminifu.

Tamko
Sema kwa sauti kubwa:

"Nitasimama hata kama nitasimama kwanza.
Sitarudi nyuma kwa vitisho. Utii wangu huandaa njia kwa wengine. Mungu hulinda kile anachokichagua."
Rudia kwa uthabiti.

Maombi Yaliyopangwa (Dakika 40)
1. Ibada (Dakika 10)
Mheshimu Mungu kama Mlinzi na Mtegemezi.
2. Ujasiri (Dakika 10–15)
Omba nguvu ya kusimama hadharani.
3. Ulinzi (Dakika 10)
Omba kwa ajili ya kifuniko cha kimungu juu ya utii unaoonekana.
4. Maombezi (Dakika 5)
Ombea mtu anayehitaji ujasiri.
Funga na:
"Ninasimama bila hofu."

Pointi za Kuchukua Hatua
Leo utafanya hivi:

1. Tambua eneo moja ambapo lazima uongoze kwa mfano.
2. Chukua hatua moja inayoonekana ya utii.
3. Mhimize mtu kusita kusimama.
4. Soma Danieli 3 polepole.
5. Kataa ukimya unaoongozwa na hofu.

SIKU YA 17

Wakati Ufunuo Hautoshi

Mtangazaji wa Hadithi

Huko Maiduguri, jambo fulani lilitokea ambalo halikufaa maelezo ya kawaida.
Alielezea kuchukuliwa — kuonyeshwa kuzimu.
Aliwatambua watu.
Sio wahalifu.
Sio wageni.
Walimu.
Wasomi wa Kiislamu.
Wanaume wanaoheshimika.
Wanaume aliowaheshimu.
Watu aliowaamini walikuwa waadilifu.
Aliona mateso.
Kisha akaona mbingu.
Agizo.
Nuru. Amani.
Alirudi kutoka kwenye mkutano huo akiwa ameshtuka.
Lakini hakujisalimisha.
Ufunuo ulimsumbua.
Haikumbadilisha bado.
Huo ni mmoja wa ukweli unaotia moyo zaidi katika hadithi nzima.
Unaweza kuona uhalisia wa kiroho —
na bado ukapinga.
Unaweza kukutana na mfichuo wa kimungu —
na bado ukachelewesha utii.
Taarifa haihakikishi mabadiliko.

Nanga za Maandiko
Agano la Kale
"Balaamu akamwona… Malaika wa BWANA amesimama njiani… lakini moyo wake ulikuwa tayari kupokea thawabu."
— Hesabu 22:31–32 (muktadha)
Kuona hakubadilishi hamu kila wakati.
Agano Jipya
"Hata baada ya Yesu kufanya ishara nyingi mbele yao, bado hawakumwamini."
— Yohana 12:37
Miujiza haizuii utashi mgumu.

Somo
Watu wengi huomba ufunuo.
Wachache huitikia.
Unaweza kusema:
"Kama ningeona kitu chenye nguvu, ningebadilika."
Lakini moyo ni wa kina zaidi kuliko uzoefu.
Ufunuo hufichua.
Mapenzi huamua.
Huenda tayari unajua:

- Matokeo ya maelewano.
- Gharama ya dhambi.
- Umuhimu wa utii.
- Ukweli wa umilele.

Lakini maarifa bila kujisalimisha huwa mzigo.
Kuna nafasi hatari kati ya kufichuliwa na utii.
Kadiri unavyokaa hapo kwa muda mrefu,
ndivyo kujisalimisha kunavyokuwa vigumu zaidi.

Maswali ya Tafakari

1. Ni kweli gani kuhusu umilele ambazo nimesikia lakini sijazifanyia kazi?
2. Ni wapi nimepata uzoefu wa kusadikika lakini majibu yamechelewa?
3. Je, ninategemea uzoefu badala ya utiifu?
4. Ni ufunuo gani nimeupuuza?

5. Kama ningekufa leo, je, utii wangu ungethibitishwa? Jibu kwa uzito.

Tamko

Simama na utangaze:
"Ufunuo utaniongoza kwenye utii.
Sitachelewa kujisalimisha. Sitaufanya moyo wangu kuwa mgumu. Kile ambacho Mungu ananionyesha, nitakifanya."
Rudia polepole.

Maombi Yaliyopangwa (Dakika 40)

1. Heshima (Dakika 10)

Tafakari kuhusu uhalisia wa umilele.

2. Ungamo (Dakika 10)

Taja ucheleweshaji maalum katika utii.

3. Kujisalimisha (Dakika 10–15)

Toa mapenzi yako kikamilifu kwa Kristo tena.

4. Mpangilio (Dakika 5)

Omba moyo laini na unaoitikia.
Funga na:
"Moyo wangu unabaki mpole."

Pointi za Kuchukua Hatua

Leo utafanya hivi:

1. Andika ukweli mmoja ambao umechelewa kuufanyia kazi.
2. Chukua hatua moja ya haraka kuelekea utii.
3. Haraka kutoka kwa usumbufu mmoja kama ishara ya uzito.
4. Soma Yohana 12 polepole.
5. Tumia dakika 5 ukitafakari kimya kimya kuhusu umilele.

SIKU YA 18

Mshauri Wako Anapoanguka

Mtangazaji wa Hadithi

Imamu hakuwa mgeni.
Hakuwa mbali.
Alikuwa mshauri wa utotoni.
Alimfundisha maandiko.
Alimfundisha nidhamu. Alimfundisha maarifa ya kina zaidi.
Alimfundisha mazoea ya kiroho ya hali ya juu. Aliunda uelewa wake wa mamlaka.
Uaminifu ulijengwa mapema.
Heshima ilikuwa ya kina.
Uaminifu ulikuwa imara.
Kisha mzozo ukaja.
Katika mkutano aliouelezea, aliona moto ukishuka kutoka mbinguni.
Na imamu akapigwa.
Mtu aliyemfundisha.
Mamlaka aliyoyaheshimu. Mwalimu aliyemtengeneza.
Imeenda.
Wakati huo haukuwa tu kuhusu kifo.
Ilikuwa kuhusu kuanguka.
Kile kilichokuumba kinapoanguka,
unalazimika kuchagua.
Je, utashikilia uaminifu —
au utaitikia ufunuo?
Kuachana na mshauri si jambo jepesi.
Ni ya kihisia.
Inachanganya mwelekeo. Inahisi kama usaliti.
Lakini wakati mwingine Mungu hukabiliana na mamlaka iliyokuumba
ili utii wako uweze kuhamishwa kikamilifu.

Nanga za Maandiko
Agano la Kale
"Eliya alipopita karibu naye, Elisha…akachinja ng'ombe…akachoma vifaa vya kulima…akamfuata Eliya."
— 1 Wafalme 19:21
Mpito unahitaji kutengana.
Agano Jipya
"Yeyote anayempenda baba au mama kuliko mimi hanistahili."
— Mathayo 10:37
Utiifu lazima uzidi ushikamano.

Somo
Washauri huunda utambulisho.
Baba wa kiroho huunda mtazamo wa ulimwengu.
Walimu huunda imani.
Lakini hakuna mshauri anayezidi ukweli.
Uaminifu unakuwa hatari unapozidi ufunuo.
Kujitenga na mifumo iliyorithiwa kunaweza kuhisi vurugu ndani.
Unapoteza uzoefu.
Unapoteza muundo. Unapoteza idhini.
Unaweza hata kuomboleza.
Lakini ukuaji unahitaji kujitenga na kile ambacho si kweli tena.
Moto uliompata mshauri haukuwa wa uharibifu pekee.
Ilikuwa kuhusu kufichuliwa.
Mungu wakati mwingine huvunja mamlaka uliyotegemea.
Sio kukuangamiza —
bali kukuweka huru.

Maswali ya Tafakari
1. Ni nani aliyeunda utambulisho wangu wa kiroho zaidi?
2. Je, nimemwinua mshauri yeyote juu ya ukweli?

3. Ninaweza kutetea wapi mifumo ambayo sijawahi kuichunguza?
4. Ninaogopa kuhoji mamlaka gani?
5. Je, uaminifu wangu kwa Kristo — au kwa utu?

Jibu kwa makini.

Tamko

Sema kwa sauti kubwa:
"Utii wangu ni kwa Kristo zaidi ya yote.
Hakuna mshauri anayezidi ukweli. Ninaachilia uaminifu usiofaa. Ninachagua ufunuo badala ya mapokeo."
Rudia polepole.

Maombi Yaliyopangwa (Dakika 40)

1. Heshima (Dakika 10)

Mheshimu Kristo kama mamlaka kuu.

2. Kuachiliwa (Dakika 10–15)

Taja uaminifu wowote uliowekwa vibaya na uusalimishe.

3. Uponyaji (Dakika 10)

Omba uwazi wa kihisia pale ambapo kutengana kumeumiza.

4. Mpangilio (Dakika 5)

Thibitisha Kristo kama Bwana wako wa pekee.
Funga na:
"Uaminifu wangu umetulia."

Pointi za Kuchukua Hatua

Leo utafanya hivi:

1. Tambua imani moja iliyorithiwa bila uchunguzi.
2. Jifunze Maandiko kwa uhuru kuhusu suala hilo.
3. Ondoa utegemezi usiofaa kwa utu.
4. Omba kwa ajili ya uwazi wa kiroho.
5. Imarisha uhusiano wako wa moja kwa moja na Kristo.

SIKU YA 19

Mbingu Inaposogea — Lakini Mmoja Tu Ndiye Anayeitikia

Mtangazaji wa Hadithi

Moto ulianguka.
Mshauri alipigwa na butwaa.
Waliokuwepo waliona kitu.
Lakini hawakuona alichokiona.
Baadhi waliona majeraha yaliyovimba tu.
Baadhi waliona jeraha.
Baadhi waliona matokeo.
Lakini aliona kukatizwa kwa kimungu.
Tukio lile lile.
Mtazamo tofauti. Matokeo tofauti.
Sio kila mtu aliyetazama moto alitubu.
Sio kila mtu aliyeongoka.
Lakini mtu mmoja alitiwa alama.
Moto haukuwa kwa ajili ya umati.
Ilikuwa kwa ajili yake.
Mbingu haiondoki kwa kura nyingi.
Mbingu husonga kwa mgawo.

Nanga za Maandiko
Agano la Kale
"Ndipo BWANA akamjibu Ayubu kutoka katika upepo wa kisulisuli…"
— Ayubu 38:1
Mungu anapozungumza, huwa ni ya kibinafsi kabla ya kuwa hadharani.
Agano Jipya

"Ghafla nuru kutoka mbinguni ilimwangazia pande zote ... Wale waliokuwa wakisafiri pamoja naye walisimama kimya; walisikia sauti lakini hawakumwona mtu yeyote."
— Matendo 9:3-7

Paulo alianguka.
Wengine walisimama.
Alisikia maneno.
Walisikia sauti.
Tukio lile lile.
Mkutano tofauti.

Somo

Sio kila mtu anayeshuhudia nguvu hupata mabadiliko.
Umati unaweza kutazama.
Mtu anaweza kutubu.
Mbingu haifurahii miji inapoitikia kihisia.
Maandiko yanasema:
"Kuna furaha mbele ya malaika wa Mungu kwa ajili ya mwenye dhambi mmoja atubuye."
— Luka 15:10

Kwa moja.
Mungu atahamisha mbingu na dunia.
Moto unaweza kuanguka kwa moyo mmoja.
Upofu unaweza kutokea kwa wito mmoja.
Kimbunga kinaweza kusema kwa niaba ya mtu mmoja mwenye haki.
Usipime mwendo wa kimungu kwa idadi ya watu wanaoitikia .
Pima kwa utii.
Kama hakuna mwingine anayejibu —
na wewe unajibu — mbingu hufurahi.

Maswali ya Tafakari

1. Je, nimedhani kwamba miujiza inayoonekana inahakikisha toba ya watu wengi?
2. Je, ninawasubiri wengine kabla sijajibu?
3. Je, nimepuuza kukutana na Mungu kwa sababu mengine hayakubadilika?

4. Mungu amenifanyia nini mimi binafsi ambacho wengine hawakukiona?
5. Kama ni mimi pekee niliyekuwa nikijibu, je, bado ningetii?

Jibu kwa undani.

Tamko

Sema kwa sauti kubwa:
"Ikiwa mbingu itasogea, nitaitikia.
Hata kama nitasimama peke yangu. Kukutana na Mungu nami ni kwa kibinafsi. Sitasubiri umati wa watu. Ninachagua toba."
Rudia polepole.

Maombi Yaliyopangwa (Dakika 40)

1. Heshima (Dakika 10)

Tambua ukuu wa Mungu katika kukutana kibinafsi.

2. Shukrani (Dakika 10)

Mshukuru kwa ufunuo binafsi katika maisha yako.

3. Kujisalimisha (Dakika 10–15)

Jitoe tena kama "mtu" anayejibu.

4. Maombezi (Dakika 5)

Omba kwa ajili ya wengine — lakini usikawie utii wako.
Funga na:
"Acha mimi ndiye nijibuye."

Pointi za Kuchukua Hatua

Leo utafanya hivi:

1. Tafakari wakati mmoja wa kimungu katika maisha yako ambao wengine hawakuuthamini.
2. Andika jinsi wakati huo ulivyokubadilisha.
3. Acha kusubiri makubaliano ya pamoja yatii.
4. Soma Matendo 9 polepole.
5. Mshukuru Mungu kwamba anatenda kwa ajili ya watu binafsi.

Somo Mbichi
Baadhi waliona majeraha.
Aliona moto.
Baadhi waliona jeraha.
Aliona kufichuliwa.
Baadhi waliona mtu akianguka.
Aliona mamlaka yakiporomoka.
Tukio lile lile.
Moyo tofauti.
Huwezi kudhibiti kile ambacho wengine wanakiona.
Unaweza kudhibiti jinsi unavyojibu.
Mbingu hufurahi juu ya mmoja.
Kuwa hivyo.

SIKU YA 20

Kwa Ajili ya Mmoja

Mtangazaji wa Hadithi

Moto ulianguka.
Wengi walikuwepo.
Ni mmoja tu aliyetikiswa hadi akatubu.
Huko Maiduguri, alipochukuliwa na kuonyeshwa kuzimu na kisha mbinguni, wengine walikuwa karibu naye kimwili.
Lakini ni yeye tu aliyechukuliwa.
Ni yeye tu aliyeuona mji.
Ni yeye tu aliyeuona mateso. Ni yeye tu aliyetembea katika kile alichokielezea kama mji mzuri wa dhahabu. Ni yeye tu aliyerudi akiwa amechanganyikiwa.
Wengi walikuwepo.
Moja ilionyeshwa.
Mkutano huo haukuundwa kwa ajili ya tamasha.
Iliundwa kwa ajili ya ubadilishaji.
Mbingu haihitaji umati wa watu ili kuhalalisha harakati.
Mbingu husogea kwa ajili ya moja.

Nanga za Maandiko
Agano la Kale
" BWANA akamwambia Shetani, 'Je, umemfikiria mtumishi wangu Ayubu?'"
— Ayubu 1:8
Mbingu itasimama juu ya mtu mmoja.
Sio taifa.
Moja.
Agano Jipya
"Ni nani kwenu, mwenye kondoo mia, akipoteza mmoja wao, asiyewaacha wale tisini na tisa… hata amwone?"
— Luka 15:4

Mbingu inaacha umati wa watu ili kumwokoa mmoja.
Na tena:
"Kuna furaha mbele ya malaika wa Mungu kwa ajili ya mwenye dhambi mmoja atubuye."
— Luka 15:10
Sio maelfu.
Moja.

Somo
Uinjilisti wa kisasa mara nyingi hupima mafanikio kwa idadi.
Ukubwa wa umati.
Mahudhurio. Vipimo.
Lakini mbingu hupima tofauti.
Ubora wa kujisalimisha.
Kina cha uhamisho. Ukweli wa toba.
Katika tukio la moto, wengine waliona — lakini moyo mmoja tu ulivunjika.
Huko Maiduguri, wengine walikuwepo — lakini ni mmoja tu aliyechukuliwa kwenda kuona mbingu na kuzimu.
Mji wa dhahabu haukufichuliwa kwa ajili ya burudani.
Ilifunuliwa ili kukabiliana na utii.
Unaweza kuwahubiria maelfu.
Lakini mbingu inaweza kuwa inasonga mbele kwa ajili ya moja.
Mtu akihamisha utii,
mbingu hufurahi.
Mungu hahitaji majibu ya wingi ili kuthibitisha harakati zake.
Anahitaji kujisalimisha.

Maswali ya Tafakari
1. Je, ninapima athari za kiroho kwa nambari?
2. Je, nimepuuza mabadiliko ya kibinafsi?
3. Kama ni mimi pekee niliyekuwa nikijibu, je, bado ningetii?
4. Je, ninasubiri kasi ya kikundi kabla ya kujitoa?
5. Je, ninasherehekea kina kama vile mwonekano?

Jibu bila utendaji.

Tamko
Sema kwa sauti kubwa:
"Sitapima mwendo wa Mungu kwa nambari.
Ikiwa mbingu itasonga mbele kwa ajili yangu, nitaitikia.
Ninathamini kina kuliko onyesho. Ninachagua ubora kuliko wingi. Acha mimi niwe yule yule."
Rudia polepole.

Maombi Yaliyopangwa (Dakika 40)
1. Heshima (Dakika 10)
Tambua kwamba Mungu huwaona watu binafsi.
2. Shukrani (Dakika 10)
Mshukuru kwa kukutana nawe kibinafsi maishani mwako.
3. Kujisalimisha (Dakika 10–15)
Jitoe kikamilifu, hata kama hakuna mtu mwingine anayejiunga.
4. Maombezi (Dakika 5)
Omba mtu mmoja maalum akutane na Kristo.
Funga na:
"Hata kama nitasimama peke yangu, nitatii."

Pointi za Kuchukua Hatua
Leo utafanya hivi:

1. Acha kulinganisha mafanikio ya kiroho na ukubwa wa umati.
2. Omba kwa makusudi kwa ajili ya mtu mmoja kwa jina.
3. Andika kile ambacho Mungu amekufanyia kibinafsi.
4. Soma Luka 15 polepole.
5. Jitoe kwa undani zaidi kuliko umaarufu.

Muundo wa Kina Zaidi
Paulo alianguka.
Wengine walisikia sauti.

Ayubu alijaribiwa.
Dunia iliendelea.
Mchungaji aliacha tisini na tisa.
Kwa moja.
Katika Maiduguri:
Wengi walikuwa karibu. Mmoja tu ndiye aliyeonyeshwa mbingu. Mmoja tu ndiye aliyeona mji wa dhahabu. Mmoja tu ndiye aliyerudi akiwa na wasiwasi wa ndani.
Mbingu haihitaji makubaliano ya wingi.
Mbingu hutafuta mioyo iliyojisalimisha.
Kuwa moyo huo.

SIKU YA 21

Risasi. Alipigwa. Alidhaniwa kuwa amekufa.

Mtangazaji wa Hadithi

Upinzani ulikuwa umeongezeka hapo awali.
Vitisho vilikuwa halisi.
Lakini wakati huu haikuwa onyo.
Ilikuwa utekelezaji.
Alishambuliwa.
Milio ya risasi ilizuka.
Risasi ziliingia mwilini mwake.
Metal alimpiga kichwani kwa nguvu kali.
Damu ilimtoka kichwani.
Mguso ungepaswa kuwa na mfupa uliovunjika.
Fuvu halikuvunjika.
Kutokwa na damu kulikuwa kukubwa.
Alipigwa.
Alianguka. Alidhaniwa amekufa.
Aliwekwa ndani ya gari — si kwa ajili ya uokoaji, bali kama mtu ambaye tayari alikuwa miongoni mwa waliouawa.
Lakini hakuwa amekufa.
Alirudiwa na fahamu.
Baadaye alieleza kwamba risasi nyingi zilitolewa mwilini mwake.
Chuma kiliingia kwenye nyama — lakini hakikuharibu viungo muhimu.
Jeraha la kichwa lilivuja damu nyingi — lakini fuvu lilikuwa limepona.
Madaktari hawakuweza kuelezea kwa nini uharibifu haukuwa mbaya zaidi.
Hii haikuwa karibu usumbufu.

Hii ilikuwa karibu kufa.
Na haikuwa jaribio la kwanza.
Kwa maelezo yake, kulikuwa na majaribio mengi ya mauaji — zaidi ya saba.
Uhifadhi haukuwa nadharia.
Ilirudiwa.
Wakati mmoja, kutokana na ukali wa majeraha na tishio linaloendelea, uingiliaji kati katika ngazi ya kitaifa ulipanga apelekwe nje ya nchi kwa matibabu nchini Marekani.
Kuokoka kulihama kutoka muujiza hadi amri.
Hakufa.
Lakini gharama ilikuwa damu.

Nanga za Maandiko
Agano la Kale
"Watu elfu waweza kuanguka ubavuni pako, na watu elfu kumi mkono wako wa kuume; lakini hawatakukaribia wewe."
- Zaburi 91:7
Ukaribu na kifo si sawa na kushindwa.
Agano Jipya
"Wakampiga mawe Paulo, wakamburuta nje ya mji, wakidhani amekufa. Lakini wanafunzi walipomzunguka, akasimama..."
— Matendo 14:19-20
Alidhaniwa amekufa.
Lakini haijakamilika.

Somo
Kuna majira ambapo utii hugharimu damu.
Sio usumbufu wa kisitiari.
Sio usumbufu wa kijamii.
Lakini hasara halisi.
Hata hivyo, kuishi chini ya kiwango hicho cha mashambulizi kunahitaji swali:
Kwa nini nilihifadhiwa?
Sio kila mtu anayenusurika kupigwa risasi.
Sio kila mtu anayenusurika majaribio ya mara kwa mara.

Ikiwa uhifadhi ulirudiwa,
mgawo lazima uwe mzito.
Huenda usikabiliane na risasi.

Lakini umekumbana na nyakati ambazo zingeweza kukukatisha tamaa:

- Mgogoro wa kimwili.
- Ajali.
- Kuanguka.
- Kuvunjika kwa hisia.
- Maamuzi ambayo yangeweza kuharibu mustakabali wako.

Bado uko hapa.
Uhifadhi huongeza uwajibikaji.
Kadiri uhifadhi unavyozidi kuwa mkali,
ndivyo wito unavyozidi kuwa mzito.

Maswali ya Tafakari

1. Ni nini ambacho nimenusurika ambacho kingeishia tofauti?
2. Je, ninachukulia uhifadhi kama jambo la kawaida?
3. Ni jukumu gani linaloweza kuhalalisha kunusurika kwangu?
4. Je, ninaishi kwa uangalifu au kwa uzembe?
5. Kama kweli ningeamini maisha yangu yamehifadhiwa kwa kusudi, ni nini kingebadilika?

Andika mahususi.

Tamko

Simama na utangaze:
"Siko hai kwa bahati mbaya.
Kile kilichopaswa kuniangamiza hakikuniangamiza. Kuokoka kwangu ni jukumu. Sitapoteza maisha yaliyohifadhiwa."
Rudia kwa usadikisho.

Maombi Yaliyopangwa (Dakika 45)

1. Shukrani (Dakika 10)
Mshukuru Mungu kwa uhai uliohifadhiwa.
2. Heshima (Dakika 10)
Tafakari jinsi uharibifu ulivyokaribia.
3. Kujisalimisha (Dakika 15)
Toa mustakabali wako kikamilifu kwa kusudi Lake.
4. Ujasiri (Dakika 10)
Omba ujasiri wa kutimiza kazi bila woga.
Funga na:
"Ikiwa umenihifadhi, nitumie."

Pointi za Kuchukua Hatua

Leo utafanya hivi:

1. Andika matukio ambayo karibu yamekuangamiza.
2. Tubuni maisha ya kawaida.
3. Ondoa muundo mmoja unaojiharibu.
4. Omba Zaburi ya 91 kwa sauti.
5. Chukua hatua moja ya ujasiri kuelekea kupiga simu.

Ukweli Mbichi

Damu ilitoka.
Chuma kiligonga mfupa.
Risasi ziliingia mwilini.
Alibebwa kana kwamba amemaliza.
Lakini alifufuka.
Kama Paulo, alidhaniwa amekufa — lakini hajafa.
Kujilinda chini ya vurugu hakujengi kiburi.
Inaleta uharaka.

SIKU YA 22

Imehifadhiwa kwa Kiwango

Mtangazaji wa Hadithi

Shambulio hilo halikuwa la mfano.
Milio ya risasi ilizuka.
Risasi ziliingia mwilini mwake.
Metal alimpiga kichwani kwa nguvu kali.
Damu ilimtiririka usoni.
Mashahidi waliamini alikuwa amekufa.
Alichukuliwa kama mtu aliyekamilika.
Lakini hakuwa amemaliza.
Alirudiwa na fahamu.
Madaktari baadaye walitoa risasi nyingi kutoka mwilini mwake.
Chuma kilikuwa kimeingia kwenye nyama — lakini viungo muhimu viliokolewa.
Jeraha la kichwa lilivuja damu nyingi — lakini fuvu halikuvunjika.
Uharibifu ungekuwa mbaya sana.
Haikuwa hivyo.
Hili halikuwa jeraha dogo.
Hii ilikuwa karibu kutekelezwa.
Na haikuwa jaribio la kwanza.
Kwa maelezo yake, kulikuwa na majaribio mengi ya mauaji — zaidi ya saba.
Uhifadhi ulikuwa umerudiwa.
Kiwango cha tishio kiliongezeka.
Ikawa zaidi ya uadui wa ndani.
Ikawa jambo la kitaifa.
Wakati huo, Rais wa Nigeria alikuwa Goodluck Jonathan — kiongozi Mkristo.
Uingiliaji kati ulikuja kwa kiwango cha juu zaidi.

Mipango ilifanywa ili ahamishwe hadi Marekani kwa ajili ya uchunguzi wa kimatibabu na matibabu.
Baada ya kufyatuliwa risasi.
Baada ya kupoteza damu. Baada ya kupata jeraha la kichwa.
Alichunguzwa kwa kina.
Matokeo yalikuwa wazi:
Hai.
Haina uharibifu wa kudumu wa neva. Haina kuvunjika kwa fuvu. Haina uharibifu wa kimuundo.
Alinusurika akiwa mzima.
Lakini hatari hiyo haikutoweka.
Ulinzi ukawa muhimu.
Wasindikizaji waliteuliwa.
Harakati zililindwa.
Usafiri haukuwa wa kawaida tena.
Usalama ulimzunguka.
Mwanamume anapolazimika kuhama na wasindikizaji, inamaanisha tishio ni halisi.
Uhifadhi ulikuwa umeonekana.
Alikuwa hai.
Lakini alitiwa alama.

Nanga za Maandiko
Agano la Kale
"Danieli akatolewa katika tundu, wala jeraha lo lote halikuonekana juu yake, kwa sababu alimwamini Mungu wake."
- Danieli 6:23
Imetupwa ndani.
Imeinuliwa nje. Haijaguswa ndani.
Agano Jipya
"Jemadari akaamuru Paulo apelekwe ndani ya ngome… na akaamuru alindwe na askari."
— Matendo 23:10
Imehifadhiwa kwa sababu mgawo ulibaki.

Somo

Uhifadhi katika kiwango hiki si faraja.
Ni uthibitisho.
Risasi zisipokumaliza,
mafuvu ya kichwa yasipovunjika, mitihani isipoonyesha
uharibifu wa kudumu, mamlaka ya kitaifa inapoingilia kati,
wasindikizaji wanapopewa kazi —
Lazima uulize:
Kwa nini niliokolewa?
Kuishi huongeza uwajibikaji.
Ulinzi huongeza uwajibikaji.
Mungu akikuhifadhi faraghani,
shukuru.
Akikuhifadhi hadharani,
uwe na kiasi.
Akikuzungushia kifuniko,
usiishi maisha ya kawaida.
Huko hai kwa ajili ya urahisi.
Uko hai kwa ajili ya mgawo.

Maswali ya Tafakari

1. Je, nimenusurika kitu ambacho kingepaswa kuishia tofauti?
2. Je, ninachukulia maisha yaliyohifadhiwa kama kawaida?
3. Ni jukumu gani linaloambatana na kuokolewa?
4. Je, ninaishi kimakusudi?
5. Kama Mungu angenipa ulinzi, je, maisha yangu yangehalalisha hilo?

Jibu kwa uaminifu.

Tamko

Simama na utangaze:
"Maisha yangu yamehifadhiwa kwa kusudi.
Kile ambacho kingepaswa kuniangamiza hakikuniangamiza.
Nitaishi kwa uwajibikaji.
Sitapoteza rehema ya Mungu.
Uhifadhi unathibitisha mgawo."

Rudia polepole.

Maombi Yaliyopangwa (Dakika 45)
1. Shukrani (Dakika 10)
Mshukuru Mungu kwa uhai uliohifadhiwa.
2. Heshima (Dakika 10)
Tambua jinsi uharibifu ulivyokaribia.
3. Kujisalimisha (Dakika 15)
Mpe Mungu mustakabali wako kimakusudi.
4. Agizo (Dakika 10)
Omba ujasiri wa kutimiza wito wako.
Funga na:
"Ikiwa umenihifadhi, nitumie."

Pointi za Kuchukua Hatua
Leo utafanya hivi:

1. Andika nyakati ambazo ulihifadhiwa.
2. Ondoa tabia moja ya uzembe.
3. Soma Danieli 6 polepole.
4. Mshukuru Mungu kwa ulinzi usioonekana.
5. Chukua hatua moja ya makusudi kuelekea kusudi.

SIKU YA 23

Imetiwa Alama — Lakini Haijahamishwa

Mtangazaji wa Hadithi

Baada ya kupigwa risasi.
Baada ya kuhamishwa.
Baada ya idhini ya matibabu.
Baada ya wasindikizaji kupewa kazi.
Maisha hayakurudi katika hali ya kawaida.
Hakuwa tena mtu asiyejulikana.
Alitiwa alama.
Sio kwa njia ya mfano.
Kwa vitendo.
Usalama uliandamana naye.
Mwendo ulihitaji uratibu.
Uwepo wa umma unahitaji tathmini.
Viwango vya vitisho havikuwa uvumi.
Walifuatiliwa.
Kuishi kwa kujilinda ni kuishi kwa ufahamu.
Kuishi kwa ufahamu ni kuishi kwa nidhamu.
Lakini hapa kuna sehemu muhimu:
Hakuacha kuhubiri.
Hakuacha kuita.
Hakupunguza ujumbe ili kupunguza hatari.
Aliendelea.
Maisha yametiwa alama — lakini hayajahamishwa.

Nanga za Maandiko

Agano la Kale

"Sauli akamchunguza Daudi kwa makini tangu siku hiyo na kuendelea."

— 1 Samweli 18:9

Imetazamwa.
Imelenga.
Bado nimechaguliwa.

Agano Jipya

"Kwa maana nitamwonyesha mambo mengi atakayoteseka kwa ajili ya jina langu."

— Matendo 9:16

Imetiwa alama kutokana na ubadilishaji.
Lakini imepewa.

Somo

Baadhi ya waumini hubaki waaminifu tu bila kutambuliwa.
Lakini utii unapovutia umakini,
hofu huanza kujadili maelewano.
Kutiwa alama huonyesha nia.
Je, unahudumu kwa ajili ya faraja -
au unapiga simu?
Wakati maisha yako yanaangaliwa:

- Unaongea kwa uangalifu zaidi.
- Unasonga kwa makusudi zaidi.
- Omba kwa uzito zaidi.

Tishio husafisha uvivu.
Huenda usiwahi kuwa na wasindikizaji.
Lakini umetiwa alama kiroho.
Adui huwaona waumini wa dhati.
Ukristo wa kawaida huvutia upinzani mdogo.
Utii unaozingatia mambo huvutia uchunguzi.
Swali ni:
Je, ufahamu wa upinzani utakukomaza -
au utakutisha?

Maswali ya Tafakari

1. Je, mimi ni mwaminifu tu ninapoonekana?
2. Je, ningeendelea ikiwa utiifu wangu ungevutia uadui?
3. Ni wapi nimepunguza ushawishi ili kuepuka umakini?
4. Je, ninaishi nikijua kwamba maisha yangu yana uzito wa kiroho?
5. Je, mimi ni mzito vya kutosha kutambuliwa?

Jibu bila ujasiri.

Tamko

Simama na utangaze:
"Sitarudi nyuma kwa sababu nimetiwa alama.
Upinzani utanisafisha. Ninatumikia kwa wito, si kwa faraja.
Sijaguswa."
Rudia kwa uthabiti.

Maombi Yaliyopangwa (Dakika 40–45)

1. Ibada (Dakika 10)
Mkiri Kristo kama Bwana juu ya vita vyako.
2. Nguvu (Dakika 15)
Omba uvumilivu unaoangaliwa.
3. Utambuzi (Dakika 10)
Omba hekima katika utii unaoonekana.
4. Ujasiri (Dakika 5–10)
Jitolee kwa ujasiri bila uzembe.
Funga na:
"Ninasimama bila kutetemeka."

Pointi za Kuchukua Hatua

Leo utafanya hivi:

1. Tambua eneo moja ambapo hofu ilibadilisha utii wako.

2. Sahihisha eneo hilo mara moja.
3. Omba kwa ajili ya waumini wanaoishi katika hatari duniani kote.
4. Soma 1 Samweli 18 polepole.
5. Imarisha nidhamu moja maishani mwako.

SIKU YA 24

Kuinua Kiwango

Mtangazaji wa Hadithi

Baada ya moto.
Baada ya kujisalimisha.
Baada ya risasi.
Baada ya kuhamishwa.
Baada ya wasindikizaji.
Mgawo haukupungua.
Ilinoa.
Amesema hadharani kwamba alipookolewa, Bwana alimwambia:
"Nenda ukawachokoze walinzi wachukue nafasi zao ili nisiwaangamize watu."
Hii si lugha laini.
Ni lugha ya uwajibikaji.
Simulizi hilo lilikuwa limehama kutoka:
Wokovu binafsi → Uhifadhi wa umma → Ulinzi wa taifa.
Sasa imehamia katika:
Wajibu.
Ujumbe haukuwa tu "kuwa salama."
Ilikuwa "kuinua kiwango."
Kwa sababu alikuwa ameona:
Bidii ya kidini bila maarifa.
Unafiki wa kanisa. Maelewano katika uongozi. Uvivu wa kiroho.

Kuokoka hakukuwa kwa ajili ya kujificha.
Ilikuwa kwa ajili ya kutoa kengele.

Nanga za Maandiko
Agano la Kale
"Mwanadamu, nimekuweka kuwa mlinzi... kwa hiyo utasikia neno kutoka kinywani mwangu, na kuwapa maonyo kutoka kwangu."
—Ezekieli 33:7
Walinzi hawaburudishi.
Wanaonya.
Agano Jipya
"Lakini msingi imara wa Mungu umesimama... Kila atajaye jina la Kristo na aache uovu."
— 2 Timotheo 2:19
Kuinua kiwango huanza na utakatifu.

Somo
Kuna wakati ambapo imani ya kibinafsi lazima iwe jukumu la umma.
Mlinzi hufanya mambo matatu:

1. Anasimama katika nafasi yake.
2. Anaona wazi.
3. Husema ukweli.

Walinzi si maarufu.
Ni muhimu.
Maelewano huenea walinzi wanapolala.
Unafiki huenea walinzi wanaponyamaza.
Mzunguko wa maadili huongezeka walinzi wanapojiunga na umati.
Huwezi kubeba mimbari ya kitaifa.
Lakini una jukumu mahali fulani.
Nyumbani kwako.
Kanisani kwako. Katika mahali pako pa kazi. Katika kizazi chako.
Kuinua kiwango hakumaanishi kuwahukumu watu.

Inamaanisha kuishi kile unachotangaza.

Maswali ya Tafakari

1. Mungu ameniweka wapi kama mlinzi?
2. Je, nimekuwa kimya ili nikubalike?
3. Ni wapi nimevumilia maelewano?
4. Je, ninaishi katika kiwango ninachotarajia kutoka kwa wengine?
5. Ni kiwango gani ambacho ninapaswa kuinua katika maisha yangu kwanza?

Jibu kwa busara.

Tamko

Simama na utangaze:
"Ninakubali wadhifa wangu.
Sitajiunga na maelewano. Nitainua kiwango katika nyanja yangu. Nitaishi ninachotangaza."
Rudia kwa uzito.

Maombi Yaliyopangwa (Dakika 45)
1. Ibada (Dakika 10)
Mheshimu Mungu kama mtakatifu.
2. Toba (Dakika 15)
Ungama maelewano ya kibinafsi.
3. Maombezi (Dakika 10)
Omba kwa ajili ya viongozi na usafi wa kanisa.
4. Agizo (Dakika 10)
Omba ujasiri wa kusimama.
Funga na:
"Nifanye mlinzi mwaminifu."

Pointi za Kuchukua Hatua

Leo utafanya hivi:

1. Tambua eneo moja lililoathiriwa katika maisha yako na ulirekebishe.

2. Mtie moyo mtu anayetangatanga kiroho.
3. Jifunze Ezekieli 33 kwa undani.
4. Ondoa ushawishi mmoja unaoshusha kiwango chako cha kiroho.
5. Jitolee kwa utakatifu wa kibinafsi unaoendelea.

SIKU YA 25

Jenga Kitakachodumu Zaidi ya Moto

Mtangazaji wa Hadithi

Uislamu wa kijeshi ulikuwa na muundo.
Mizunguko ya maombi ilipangwa.
Kufunga kulikuwa na nidhamu. Marudio yalitekelezwa.
Ukali ulifunzwa.
Alipoongoka, hisia pekee hazikutosha.
Muundo ulilazimika kujengwa upya.
Ikiwa kosa la nidhamu linaweza kujenga kujitolea kwa nguvu, basi ukweli wa nidhamu lazima ujenge uvumilivu wenye nguvu zaidi.
Kuokoka chini ya risasi hakumtegemezi.
Uundaji ulifanya hivyo.
Mateso hayahifadhi imani.
Muundo hufanya hivyo.

Nanga za Maandiko
Agano la Kale
"Jioni na asubuhi na adhuhuri nitaomba na kulia kwa sauti kuu, naye atasikia sauti yangu."
— Zaburi 55:17
Mdundo hudumisha uhusiano.
Agano Jipya
"Hamkuweza kukesha pamoja nami kwa saa moja?"
— Mathayo 26:40
Saa moja.
Kwa makusudi. Bila kukengeushwa.

Somo
Waumini wengi huomba kwa njia ya kujibu.
Wachache huomba kimfumo.
Sala ya majibu hustahimili mgogoro.
Sala iliyopangwa hujenga uvumilivu.
Huwezi kujenga kujitolea kwa kiwango cha kijeshi ukitumia Ukristo wa kawaida.
Ikiwa kujitolea kwako ni kwa nasibu,
utulivu wako utakuwa dhaifu.
Nidhamu si ushikaji sheria.
Ni mpangilio.

Mfano wa Maombi ya Kimkakati ya Dakika 60
Huu si utendaji wa kihisia.
Ni uundaji.
1 Dakika 30 — Mwabudu kwa Jinsi Alivyo
Hakuna maombi.
Hakuna maombi.
Kuabudu tu.
- Utakatifu wake.
- Ukuu wake.
- Rehema yake.
- Haki yake.
- Uaminifu wake.

Ibada hujenga upya mtazamo.

2 Dakika 10 — Tangaza Ukuu Wake
Tangaza kwa sauti kubwa:
- Anatawala maisha yako.
- Anatawala familia yako.
- Anatawala wito wako.
- Anatawala taifa lako.

Ukuu hulinganisha mamlaka.

3 Dakika 10 — Toba

Ungama:

- Maelewano.
- Unafiki.
- Uvivu.
- Hofu.
- Uaminifu uliogawanyika.

Usafi hulinda nguvu.

4 Dakika 10 — Amri Zilizopangwa na Ufalme

Sio matakwa ya ubinafsi.
Sio tamaa ya kimwili.
Tangaza:

- Kulingana na mapenzi Yake.
- Nidhamu katika maisha yako.
- Ujasiri katika utii.
- Utakatifu katika mwenendo.
- Utekelezaji wa kazi.

Amri lazima ziendane na Maandiko Matakatifu.

Maswali ya Tafakari

1. Je, sala yangu ni ya nidhamu au ya kihisia?
2. Je, ninaomba kwa muda mrefu zaidi nikiwa katika hali ngumu kuliko nikiwa na amani?
3. Ni nini kinachonizuia kufanya kazi kwa saa moja kwa umakini?
4. Je, nimejipanga kiroho?
5. Ni nini kingeweza kubadilika kama ningefanya hivi kila siku kwa siku 40?

Jibu kwa uaminifu.

Tamko

Simama na utangaze:
"Nitajenga ibada yenye nidhamu.
Sala yangu itapangwa. Utii wangu utajengwa kila siku. Sitaishi maisha ya kawaida kiroho."
Rudia kwa uthabiti.

Sala Iliyopangwa

Leo, fanya modeli kamili ya dakika 60.
Hakuna njia za mkato.
Hakuna kufanya mambo mengi kwa wakati mmoja.
Bila kukengeushwa.

Pointi za Kuchukua Hatua

1. Panga saa maalum ya kila siku.
2. Ondoa vikengeushio vya kidijitali wakati wa maombi.
3. Andika mafunuo wakati wa ibada.
4. Fuatilia uthabiti kwa siku 7.
5. Linda wakati huu kama jambo lisiloweza kujadiliwa.

SIKU YA 26

Kumsikia Mungu Kwa Uwazi

Mtangazaji wa Hadithi

Mabadiliko katika maisha yake hayakuwa ya nasibu.
Walikuwa na mwelekeo.
Maiduguri — maono.
Wakati wa moto — mapambano. Mkutano wa hoteli — "Tumepita kiasi." Tume — "Wachocheeni walinzi."
Hizi hazikuwa hisia zisizoeleweka.
Walikuwa wazi.
Maalum.
Kukatiza.
Uaminifu ulipohamishwa,
uwazi ulifuata.
Lakini uwazi haukutokana na machafuko.
Ilitokana na kujisalimisha.
Na baadaye - nidhamu.
Wale wanaoishi maisha ya kawaida mara chache husikia vizuri.
Wale wanaoishi kwa mgawanyiko husikia vibaya.
Wale walio na muundo husikia kwa uthabiti.

Nanga za Maandiko
Agano la Kale
"Nena, BWANA, kwa maana mtumishi wako anasikia."
— 1 Samweli 3:10
Kusikia kunahitaji mkao.
Agano Jipya
"Kondoo wangu huisikia sauti yangu, nami nawajua, nao hunifuata."
— Yohana 10:27

Kusikia kuna uhusiano.
Kufuata kunathibitisha kusikia.

Somo

Waumini wengi husema, "Mungu yuko kimya."
Mara nyingi suala si ukimya.
Ni kelele.
Kelele za hofu.
Kelele za tamaa. Kelele za kulinganisha. Kelele za mitandao ya kijamii. Kelele za maelewano yasiyotubu.
Huwezi kusikia vizuri ikiwa moyo wako umegawanyika.
Uwazi unahitaji:

- Kujisalimisha.
- Nidhamu.
- Kimya.
- Utii kwa yale ambayo tayari yamesemwa.

Mungu mara chache hutoa maagizo mapya kwa wale wanaopuuza ya mwisho.
Anazungumza kwa mwelekeo.
Sio bila kikomo.
Akisema, itaendana na Maandiko.
Itainua utakatifu. Itahitaji utii. Haitakufurahisha nafsi.

Maswali ya Tafakari

1. Ni lini mara ya mwisho nilitii jambo ambalo Mungu alinionyesha?
2. Ni vikengeushio gani vinavyofifisha usikivu wangu wa kiroho?
3. Je, ninaweka kipaumbele ukimya?
4. Je, ninasubiri maelekezo mapya huku nikipuuza imani yangu ya awali?
5. Kama Mungu angesema waziwazi usiku wa leo, je, ningetii?

Jibu kwa uaminifu.

Tamko

Simama na utangaze:

"Masikio yangu yamefunguliwa.
Moyo wangu umejisalimisha. Ninakataa kukengeushwa.
Nitasikia na kutii."
Rudia polepole.

Maombi Yaliyopangwa (Dakika 45)
1. Ibada (Dakika 10)
Mtambue kama Mchungaji.
2. Kimya (Dakika 10)
Kaa kimya. Hakuna maneno. Sikiliza.
3. Kujisalimisha (Dakika 10)
Toa ajenda yako.
4. Mpangilio (Dakika 15)
Omba uwazi na ujasiri wa kutii.
Funga na:
"Nena, Bwana. Nitajibu."

Pointi za Kuchukua Hatua

1. Tumia dakika 10 kimya kabisa leo.
2. Andika mawazo — yajaribu dhidi ya Maandiko.
3. Tii imani moja ndogo mara moja.
4. Punguza chanzo kimoja cha kelele.
5. Soma 1 Samweli 3 na Yohana 10 polepole.

SIKU YA 27

Kutembea na Kufanya Kazi na Mungu

Mtangazaji wa Hadithi

Makabiliano yalikuwa halisi.
Moto ulikuwa halisi.
Maono yalikuwa halisi.
Mzozo wa hoteli ulikuwa halisi.
Risasi zilikuwa halisi.
Uokoaji wa rais ulikuwa halisi.
Lakini kukutana pekee hakuendelezi maisha.
Kutembea hufanya hivyo.
Baada ya kuishi.
Baada ya kusindikiza. Baada ya kutumwa.
Maisha yaliendelea kila siku.
Maamuzi.
Usafiri. Mahubiri. Ujenzi wa huduma. Kuhudumia jamii.
Kuishi ndani ya mivutano ya kifamilia iliyogawanyika.
Nyakati za miujiza hazikuwa za kila siku.
Kutembea kulikuwa.
Huwezi kuishi milele katika kukutana.
Lazima uishi katika uhusiano.

Nanga za Maandiko
Agano la Kale
"Henoko alitembea na Mungu; naye hakuwepo, kwa maana Mungu alimtwaa."
— Mwanzo 5:24
Sio tu kuamini.
Nilitembea.
Agano Jipya

"Basi kama mlivyompokea Kristo Yesu, Bwana, enendeni vivyo hivyo katika yeye."
— Wakolosai 2:6
Kupokea ni tukio.
Kutembea ni mchakato.

Somo

Waumini wengi hufuata nyakati.
Wachache hutembea kwa kilimo.
Kutembea kunamaanisha:

- Mdundo wa kila siku.
- Utiifu thabiti.
- Ufahamu unaoendelea.
- Mpangilio thabiti.

Kutembea hakuhitaji tamasha.
Inahitaji uaminifu.
Kufanya kazi na Mungu kunamaanisha:
Humtenganishi Yeye.
Hayupo tu wakati wa maombi.
Yupo katika:

- Maamuzi ya biashara.
- Mazungumzo ya kifamilia.
- Mipango ya wizara.
- Chaguzi za kifedha.
- Utatuzi wa migogoro.

Kutembea huondoa maisha maradufu.
Kutembea huondoa utendaji wa Kikristo.
Kutembea hujenga uadilifu.

Maswali ya Tafakari

1. Je, ninafuatilia kukutana zaidi ya uthabiti?
2. Je, maisha yangu ya kiroho yanaendeshwa na matukio au mahusiano?
3. Je, ninamshauri Mungu katika maamuzi ya kila siku?
4. Maisha yangu yanaonekana yamegawanyika wapi?
5. Kama mtu angeangalia wiki yangu, je, angeona matembezi?

Jibu kwa uaminifu.

Tamko
Simama na utangaze:
"Nitatembea na Mungu kila siku.
Imani yangu si ya mara kwa mara. Ninakataa Ukristo uliogawanyika. Ninatembea kwa utii kila wakati."
Rudia polepole.

Maombi Yaliyopangwa (Dakika 45)
1. Ibada (Dakika 10)
Mtambue Mungu kama yupo katika nyanja zote za maisha.
2. Kujisalimisha (Dakika 10)
Mwalike katika shughuli zako za kila siku.
3. Mpangilio (Dakika 15)
Omba katika kila eneo la maisha yako — familia, kazi, huduma, fedha.
4. Kujitolea (Dakika 10)
Kujitolea kwa ufahamu wa kila siku.
Funga na:
"Ninatembea nawe."

Pointi za Kuchukua Hatua

1. Mwalike Mungu kimakusudi katika uamuzi mmoja leo.
2. Ondoa sehemu moja ambapo ametengwa.
3. Anza asubuhi yako kesho kwa kujisalimisha kimakusudi.
4. Soma Mwanzo 5 na Wakolosai 2 polepole.
5. Fuatilia utiifu wa kila siku kwa siku 7.

SIKU YA 28

Kuishi Juu ya Unafiki

Mtangazaji wa Hadithi

Mojawapo ya nyakati hatari zaidi katika safari nzima haikuwa milio ya risasi.
Ilikuwa ni kutofautiana ndani ya Kanisa.
Alitoka katika nidhamu ya kijeshi.
Ambapo kile kilichohubiriwa kilitekelezwa.
Ambapo muundo ulitekelezwa. Ambapo maandishi yalitekelezwa.
Aliingia katika Ukristo akitarajia uadilifu mkubwa zaidi.
Badala yake, aliona:
Kuhubiri bila mazoezi.
Lugha bila mtindo wa maisha. Maonyesho ya kiroho bila kujitolea kibinafsi.
Kukata tamaa huko karibu kumrudisha.
Risasi hazikumtupa karibu.
Unafiki karibu ufanye hivyo.
Hiyo ndiyo jinsi inavyoharibu.

Nanga za Maandiko
Agano la Kale
"Watu hawa hunikaribia kwa vinywa vyao... lakini mioyo yao iko mbali nami."
— Isaya 29:13
Hotuba bila kujisalimisha.
Agano Jipya
"Ole wenu... wanafiki! Kwa maana mnasafisha nje ya kikombe na sahani, lakini ndani vimejaa uchoyo na ulafi."
— Mathayo 23:25
Mng'ao wa nje.
Ufisadi wa ndani.

Somo
Unafiki si udhaifu.
Ni mgawanyiko.
Ni kuishi maisha mawili.

- Umma mmoja.
- Moja ya faragha.

Inatangaza utii hadharani,
huku ikijadiliana faraghani.
Na hakuna kinachoharibu shahidi haraka zaidi.
Unaweza kustahimili mateso.
Lakini huwezi kuishi katika ufisadi wa ndani.
Kama maisha yako ya maombi ni dhaifu,
lakini mahubiri yako ni imara—hiyo ni kuvunjika.
Ikiwa imani yako ya hadharani ni ya ujasiri,
lakini utii wako wa kibinafsi hauendani—hiyo ni kuvunjika.
Uadilifu unamaanisha upatanifu.
Ninachosema.
Ninachofanya. Ninachoamini. Ninachofanya.
Mwelekeo sawa.

Maswali ya Tafakari

1. Maisha yangu ya faragha yanapingana wapi na ukiri wangu hadharani?
2. Ni nidhamu gani ya kiroho ninayotoa lakini siiendelezi?
3. Je, wale walio karibu nami wangethibitisha kujitolea kwangu?
4. Ni maelewano gani ninayoyatetea?
5. Kama unafiki ungefichuliwa leo, ni nini kingejitokeza?

Jibu bila udhuru.

Tamko
Simama na utangaze:
"Ninakataa maisha maradufu.
Maisha yangu ya faragha yatalingana na ungamo langu la

hadharani. Ninachagua uadilifu. Ninachagua ukamilifu. Ninachagua upatanifu."
Rudia polepole.

Maombi Yaliyopangwa (Dakika 45)
1. Ibada (Dakika 10)
Mheshimu Kristo kama mtakatifu na wa kweli.
2. Kufichuliwa (Dakika 15)
Mwombe Mungu afunue mambo yaliyofichwa yasiyolingana.
3. Toba (Dakika 10)
Ungama maelewano maalum.
4. Mpangilio (Dakika 10)
Omba nguvu ya kuishi kwa uthabiti.
Funga na:
"Wacha ndani na nje yangu vikubaliane."

Pointi za Kuchukua Hatua

1. Ondoa maelewano moja yaliyofichwa.
2. Imarisha nidhamu moja dhaifu.
3. Ungama jambo la faragha kwa Mungu ambalo umepuuza.
4. Soma Mathayo 23 polepole.
5. Mwombe mtu unayemwamini akuwajibishe.

SIKU YA 29

Jaribu la Kurudi

Mtangazaji wa Hadithi

Baada ya moto.
Baada ya maono.
Baada ya kujisalimisha.
Baada ya huduma.
Baada ya risasi.
Baada ya uokoaji.
Baada ya wasindikizaji.
Jaribu bado lilikuja.
Sio kwa sababu Uislamu ulithibitika kuwa na nguvu zaidi.
Lakini kwa sababu Ukristo ulionekana kutokuwa na msimamo.
Ameshuhudia waziwazi: kulikuwa na jambo ambalo tayari alikuwa ameamua.
Angehubiri ujumbe mmoja wa mwisho.
Kisha akarudi.
Alikuwa amepima nidhamu ya maisha yake ya awali dhidi ya maelewano aliyoyaona.
Na kurudi nyuma kulihisi kuwa jambo la busara.
Hilo linatia moyo.
Mtu aliyeona mbingu.
Mtu aliyeona kuzimu. Mtu aliyenusurika kuuawa.
Bado nilikabiliwa na kishawishi cha kurudi.
Jaribu si mara zote linahusu shaka.
Wakati mwingine ni kuhusu kukata tamaa.

Nanga za Maandiko
Agano la Kale
"Nao walipokumbuka kwamba Mungu alikuwa mwamba wao ... lakini walimsifu kwa vinywa vyao ... kwa maana mioyo yao haikuwa thabiti kwake."
— Zaburi 78:35-37
Kumbukumbu haihakikishi uthabiti.
Agano Jipya
"Kwa maana Dema ameniacha, akiupenda ulimwengu huu wa sasa."
— 2 Timotheo 4:10
Baadhi huanza vizuri.
Baadhi hurudi.

Somo
Jaribu la kurudi halimaanishi kwamba hukuwa mwaminifu kamwe.
Inamaanisha wewe ni binadamu.
Kurudi kunaweza kuonekana kama:
- Kurudi kwenye tabia za zamani.
- Kulainisha imani.
- Kupunguza viwango.
- Uvivu wa kiroho.
- Kujiondoa kihisia.
- Chuki iliyofichwa kama theolojia.

Huruhusiwi kumkana Kristo hadharani.
Lakini unaweza kuelea ndani.
Kurudi huanza kimya kimya.
Inaanza na:
"Nimechoka."
"Hii haifai." "Angalau hapo awali, kulikuwa na nidhamu."
"Hakuna anayeishi kile anachohubiri."
Hivi ndivyo mafungo yanavyosema.
Adui mara chache hushambulia kwa kumkana Kristo kwanza.
Anashambulia kwa kukata tamaa.

Maswali ya Tafakari

1. Ni wapi nimefikiria kwa siri kurudi nyuma?
2. Ni kukata tamaa gani kulisababisha wazo hilo?
3. Je, ninajadiliana kuhusu imani zangu?
4. Ni muundo gani wa zamani unaoonekana kuvutia tena?
5. Nikirudi, nitapoteza nini?

Andika bila aibu.

Tamko

Simama na utangaze:
"Sitarudi.
Kukata tamaa hakutanitawala. Utii wangu umekamilika.
Sitajadili agano."
Rudia kwa uthabiti.

Maombi Yaliyopangwa (Dakika 45)

1. Ibada (Dakika 10)
Mkiri Kristo kama asiyebadilika.

2. Ungamo (Dakika 10–15)
Taja maeneo ya kukata tamaa.

3. Nguvu (Dakika 15)
Omba uvumilivu chini ya kukata tamaa.

4. Kujitolea (Dakika 5)
Thibitisha uaminifu kwa maneno.
Funga na:
"Imechelewa sana kurudi."

Pointi za Kuchukua Hatua

1. Tambua eneo moja la kupotoka kiroho na ulirekebishe leo.
2. Ondoa katazo moja la kulisha ushawishi.
3. Sema uaminifu wako kwa sauti tena kabla ya kulala.
4. Soma Zaburi 78 na 2 Timotheo 4.
5. Imarisha nidhamu yako ya maombi usiku wa leo.

SIKU YA 30

"Tumepita Mbali Sana"

Mtangazaji wa Hadithi

Alikuwa tayari ameamua.
Angehubiri ujumbe mmoja wa mwisho.
Baada ya hapo — angerudi.
Uamuzi wa ndani ulikuwa umefanywa.
Sio hadharani.
Faragha.
Alihubiri katika mkutano mkuu.
Mazingira yalikuwa na nguvu.
Watu walilia. Uwepo wa Mungu ulihama.
Lakini ndani, alikuwa amehitimisha:
"Huu ndio ujumbe wangu wa mwisho."
Baadaye, walimsindikiza kurudi hotelini kwake.
Ndugu yake pacha na viongozi wengine walikuwepo.
Alifungua mlango.
Na anasema Yesu alikuwa amesimama pale.
Sio mfano.
Sio wa kufikirika. Halisi ya kutosha kiasi kwamba alianguka chini ya mamlaka.
Wengine chumbani walihisi kitu.
Lakini aliona.
Na maneno yalikuwa ya moja kwa moja:
"Tumeenda mbali sana. Imechelewa sana kurudi nyuma."
Kuna nyakati ambapo Mungu hukatiza mapumziko yako ya faragha.
Habishani.
Anakumbusha.
Umeona mengi sana.
Umejua mengi sana. Umepita kiasi.

Kurudi nyuma si kutokuwa na hatia tena.
Ni uasi.

Nanga za Maandiko
Agano la Kale
"Mkumbukeni mke wa Lutu."
— Luka 17:32 (akirejelea Mwanzo 19)
Kuangalia nyuma kunaweza kugharimu hatima.
Agano Jipya
"Hakuna mtu anayeweka mkono wake kwenye jembe la ng'ombe na kutazama nyuma anayefaa kwa ufalme wa Mungu."
— Luka 9:62
Mbele ni agano.
Kurudi nyuma ni maelewano.

Somo
Mungu hakuzuii kila wakati kabla ya kuamua.
Wakati mwingine anasubiri hadi uamue —
kisha anakukabili.
Huenda usimwone Yesu katika chumba cha hoteli.
Lakini utakutana na nyakati ambapo kusadikika husema waziwazi:
"Hauwezi kurudi nyuma."
Ukweli unapofunuliwa kwa undani,
kurudi si ujinga.
Ni kukataa.
Kuna mstari.
Mara tu baada ya kuvuka,
kurudi nyuma si salama tena.
Baadhi ya waumini hufikiri wanaweza kuteleza bila matokeo.
Lakini agano linapofungwa,
kurudi huumiza roho.
Kuna nyakati ambapo mbingu husema:
Inatosha.
Mbele tu.

Maswali ya Tafakari

1. Je, nimefanya uamuzi wowote wa kibinafsi wa kurudi nyuma?
2. Ni ukweli gani nimeona unaofanya kurudi kusiwe rahisi?
3. Ninaangalia wapi nyuma kihisia?
4. Ingegharimu nini roho yangu kurudi?
5. Kama Yesu angenikabili usiku wa leo, angesema nini?

Jibu kwa upole.

Tamko

Simama na utangaze:
"Nimechelewa sana kurudi.
Nimeona mengi sana. Ninajua mengi sana. Agano langu linasimama. Mbele tu."
Rudia polepole.

Maombi Yaliyopangwa (Dakika 45)

1. Heshima (Dakika 10)

Mkiri Kristo kama Bwana.

2. Ungamo (Dakika 15)

Ungamo lolote la ndani.

3. Kujitoa Tena (Dakika 15)

Rudisha uaminifu wako kwa sauti.

4. Kufunga (Dakika 5)

Funga mlango kwa maneno ili urudi.
Funga na:
"Utii wangu umetiwa muhuri."

SIKU YA 31

Una Kazi

Mtangazaji wa Hadithi

Katika mkutano huo huo, baada ya mzozo huo, kuanzishwa kwa jeshi kulikuja.
"Una jukumu katika Mwili wa Kristo."
Sio faraja.
Sio umaarufu.
Kazi.
Aliambiwa apandishe bendera.
Kuwachochea walinzi. Kupiga kengele.
Kuokoka haikuwa mwisho.
Ilikuwa ni maandalizi.
Uhifadhi haupo kwa usalama.
Ipo kwa ajili ya huduma.
Mbingu inapomhifadhi mtu mara kwa mara,
ni kwa sababu mbingu inatarajia kitu.
Kazi inachukua nafasi ya utata.
Mara tu mgawo unapokuwa wazi,
kupotoka kunakuwa kutotii.

Nanga za Maandiko
Agano la Kale
"Kabla sijakuumba tumboni nilikujua ... nilikuweka kuwa nabii wa mataifa."
— Yeremia 1:5
Wito hutangulia mgogoro.
Agano Jipya
"Kwa maana tu kazi yake, tuliumbwa katika Kristo Yesu, kwa matendo mema, ambayo Mungu aliyatengeneza tokea awali."
— Waefeso 2:10
Imehifadhiwa kwa madhumuni.

Somo

Waumini wengi ni waaminifu.
Wachache wana makusudi.
Hujaokolewa ili kuwepo.
Umeokolewa ili uhudumie.
Kazi inaweza isiwe mimbari.
Inaweza kuwa familia. Inaweza kuwa biashara. Inaweza kuwa maombezi. Inaweza kuwa ushawishi.
Lakini una moja.
Kama Mungu alikuhifadhi,
kuna kusudi lililoambatanishwa.
Hatari ni kutopoteza wokovu.
Hatari ni kupoteza kazi.

Maswali ya Tafakari

1. Mgawo wangu unaweza kuwa nini?
2. Mzigo wangu unarudi wapi mara kwa mara?
3. Ni eneo gani la utii linalonitisha?
4. Je, nimekuwa mtulivu na mwenye kusudi?
5. Kama ningekufa nikiwa nimetimiza jambo moja tu, linapaswa kuwa nini?

Jibu kwa makusudi.

Tamko

Simama na utangaze:
"Nina kazi.
Sitapoteza uhifadhi. Nitainua kiwango katika nyanja yangu.
Ninakubali jukumu."
Rudia kwa uthabiti.

Maombi Yaliyopangwa (Dakika 45)
1. Ibada (Dakika 10)
Mheshimu Mungu kama Mwita.

2. Uchunguzi (Dakika 15)
Uliza kwa uwazi: "Kazi yangu ni ipi?"
3. Kujisalimisha (Dakika 10)
Toa maisha yako kikamilifu.
4. Ujasiri (Dakika 10)
Omba ujasiri wa kutii.
Funga na:
"Nitume."

SIKU YA 32

Urekebishaji wa Nidhamu ya Kimkakati ya Siku 7

Mtangazaji wa Hadithi

Uundaji wa wanamgambo ulifanya kazi kwa sababu ulikuwa wa kurudiarudia.
Mizunguko ya maombi haikuwa ya hiari.
Kufunga kulipangwa. Utii ulilazimishwa.
Baada ya kujisalimisha, kama nidhamu isingejengwa upya, muundo wa zamani ungerejesha eneo.
Huwezi kubadilisha muundo imara na kujitolea dhaifu.
Nguvu ya kiroho inahitaji miundombinu.
Kuishi bila muundo husababisha kuanguka kwa siku zijazo.
Kwa hivyo nidhamu lazima iwe ya makusudi.
Sio wazi.
Sio kihisia.
Imepimwa.
Imehifadhiwa.
Imerudiwa.

Nanga za Maandiko
Agano la Kale
"Ndipo Danieli… akaenda nyumbani… akapiga magoti mara tatu siku hiyo, akaomba, akamshukuru Mungu wake, kama ilivyokuwa desturi yake tangu siku za kwanza."
— Danieli 6:10
Crisis haikughairi forodha.
Agano Jipya
"Jizoeze kwa ajili ya utauwa."
— 1 Timotheo 4:7
Uchamungu haukui kwa bahati mbaya.

Mfano wa Kuweka Upya wa Siku 7
Huu si ushikaji sheria.
Ni kujenga upya msingi.
Kwa siku 7 zijazo:

1 Saa ya Maombi Iliyowekwa
Saa moja bila kukatizwa kila siku.
Kiwango cha chini.
Haiwezi kujadiliwa.
Tumia muundo wa dakika 60:

- 30 ibada
- 10 uhuru
- 10 toba
- Amri 10

Hakuna kufanya mambo mengi kwa wakati mmoja.

2 Kujaza Maandiko
Soma Injili moja kabisa kwa siku 7.
Sio kawaida.
Angazia.
Piga mstari chini. Andika maelezo.

3 Ukaguzi wa Uadilifu
Kila usiku uliza :

- Je, maisha yangu ya faragha yalilingana na ungamo langu?
- Nilipatana wapi?
- Je, nilitii haraka?

Andika majibu mafupi.

4 Nidhamu ya Usemi
Hakuna kulalamika.
Hakuna umbea. Hakuna kutia chumvi.
Siku saba za kujizuia kwa maneno.

5 Kufunga

Angalau mfungo mmoja wa makusudi katika siku 7.
Sio ibada.
Kwa makusudi.

6 Kupunguza kwa Dijitali
Punguza kelele.
Punguza vyombo vya habari.
Punguza kusogeza.
Linda umakini.

7 Uwajibikaji wa Kila Siku
Mjulishe mtu mmoja unayemwamini.
Ripoti ya kukamilika kila siku.

Somo
Kupotoka kiroho ni jambo lisiloeleweka.
Nidhamu ni ya makusudi.
Usipoweka upya,
unarudi nyuma.
Nguvu hupungua.
Faraja huongezeka. Maelewano hutatua.
Lakini mdundo hurejesha makali.
Siku saba za kuweka upya kimakusudi
zinaweza kurejesha unyeti.

Maswali ya Tafakari

1. Nidhamu yangu imedhoofika wapi?
2. Ni tabia gani zinazohitaji kurejeshwa mara moja?
3. Je, niko tayari kulinda saa moja kila siku?
4. Ni usumbufu gani unaopaswa kuondolewa?
5. Nani anaweza kuniwajibisha?

Jibu kwa vitendo.

Tamko
Simama na utangaze:

"Ninachagua imani yenye nidhamu.
Ninakataa Ukristo wa kawaida. Nitajenga upya muundo.
Sitapotoka."
Rudia polepole.

Maombi Yaliyopangwa (Dakika 45)
1. Ibada (Dakika 10)
Mheshimu Mungu kama anayestahili kujitolea kwa nidhamu.
2. Toba (Dakika 10)
Ungama maeneo ya uvivu.
3. Mpangilio (Dakika 15)
Omba nguvu ili kukamilisha uwekaji upya.
4. Kufunga (Dakika 10)
Agiza siku 7 zijazo kwa sauti.
Funga na:
"Nitamaliza kuweka upya huku."

Pointi za Kuchukua Hatua

1. Andika ratiba yako ya siku 7 usiku wa leo.
2. Ondoa usumbufu mmoja mkubwa mara moja.
3. Mjulishe mshirika wako wa uwajibikaji.
4. Anza kesho asubuhi bila kuchelewa.
5. Kukamilisha kufuatilia kwa uwazi.

SIKU YA 33

Azimio la Utii

Mtangazaji wa Hadithi

Alivuka mipaka.
Kutoka kwenye imani iliyorithiwa
Kuelekea kwenye imani iliyosalimu amri.
Kuanzia malezi
hadi mapambano.
Kutoka mateso
hadi kuokolewa.
Kutoka kwenye majaribu
hadi kutumwa.
Kuanzia kuishi
hadi nidhamu.
Wakati fulani, utii huacha kuwa hisia za ndani.
Inakuwa agano lililotangazwa.
Askari wanapoahidi uaminifu,
husemwa.
Maagano yanapofanywa katika Maandiko,
hutamkwa kwa maneno.
Utiifu lazima uelezwe.
Kwa sababu kile usichokieleza,
ndicho utakachojadiliana.

Nanga za Maandiko
Agano la Kale
"Mimi na nyumba yangu tutamtumikia BWANA."
- Yoshua 24:15
Tamko la umma linathibitisha uamuzi wa kibinafsi.

Agano Jipya
"Ukimkiri Yesu kwa kinywa chako, Bwana, na kuamini moyoni mwako, utaokoka."
— Warumi 10:9
Imani ya ndani.
Ungamo la nje.

Somo
Huwezi kuteleza ikiwa unatangaza agano waziwazi.
Lakini ikiwa ahadi yako haijabainishwa,
inaweza kujadiliwa.
Tamko la utii hufanya mambo manne:

1. Inafafanua utambulisho.
2. Inafunga mapumziko.
3. Inanyamazisha mazungumzo.
4. Inaweka uwajibikaji.

Adui hawezi kujaribu kwa urahisi kile kilichofungwa.
Lazima useme waziwazi:
Wewe ni wa nani?
Unachokataa. Unachoahidi. Unachotaka kukifanya.

Azimio la Utii
Simama.
Sema hivi polepole:
"Mimi ni wa Yesu Kristo.
Uaminifu wangu umetulia. Sitarudi kwenye maelewano. Sitaishi kwa kugawanyika. Nitainua kiwango maishani mwangu. Nitatembea katika nidhamu. Ninakubali kazi yangu. Ninakataa unafiki. Ninakataa kurudi nyuma. Maisha yangu yamehifadhiwa kwa kusudi. Mbele tu."
Sitisha.
Rudia tena.

Maswali ya Tafakari

1. Je, nimewahi kuthibitisha uaminifu wangu kwa maneno?

2. Ni eneo gani la maisha yangu ambalo bado linajadiliwa?
3. Je, tabia zangu za kila siku zinalingana na tamko langu?
4. Nani anajua kwamba utii wangu umekamilika?
5. Kama ningepimwa hadharani, je, ningesimama?

Andika kwa uwazi.

Maombi Yaliyopangwa (Dakika 45)

1. Ibada (Dakika 10)

Mheshimu Kristo kama Bwana.

2. Tamko (Dakika 10)

Rudia utii wako kwa sauti.

3. Kujisalimisha (Dakika 15)

Toa mustakabali wako, mipango, na matarajio yako.

4. Kufunga (Dakika 10)

Mwombe Roho Mtakatifu aimarishe agano.

Funga na:

"Utii wangu umetiwa muhuri."

Pointi za Kuchukua Hatua

1. Andika tamko lako la uaminifu katika shajara yako.
2. Zungumza kila siku kwa siku 7.
3. Mjulishe mtu aliye karibu nawe kuhusu ahadi yako.
4. Ondoa maelewano moja mara moja.
5. Tembelea tamko hili kila mwezi

SIKU YA 34

Kusimama katika Mamlaka

Mtangazaji wa Hadithi

Baada ya kujisalimisha.
Baada ya mateso.
Baada ya kuhifadhi.
Baada ya tume.
Mamlaka hayakuwa ya kinadharia tena.
Wakati risasi hazikummaliza.
Wakati wasindikizaji walimlinda.
Alipoendelea kuhubiri chini ya tishio.
Mamlaka yalionekana.
Sio kelele.
Lakini tulia.
Mamlaka si ujazo.
Mamlaka ni upatanifu.
Hupati mamlaka kwa kupiga kelele.
Unapata mamlaka kwa kujisalimisha.

Nanga za Maandiko
Agano la Kale
"Tazama, nimewapa mamlaka… juu ya nguvu zote za adui."
— Luka 10:19 (utimilifu wa mfumo wa mamlaka ya kinabii)
(Tunashikilia hili lakini tunajumuisha OT waziwazi :)
"Ndipo Daudi akamwambia yule Mfilisti… Mimi naja kwako kwa jina la BWANA wa majeshi."
— 1 Samweli 17:45
Mamlaka yanategemea agano.

Agano Jipya

"Nimepewa mamlaka yote… Basi nenda."
— Mathayo 28:18–19
Mamlaka hutoka kwa Kristo — si nafsi.

Somo

Kuna aina tatu za waumini:

1. Waumini wasio na mamlaka — waoga na wenye itikadi kali.
2. Waumini wanaoiga mamlaka — wenye sauti kubwa lakini wasio imara.
3. Waumini wanaotembea katika mamlaka — watulivu lakini wasioyumba.

Mamlaka ya kweli hutoka kwa:

- Dhamiri safi.
- Utiifu thabiti.
- Maisha ya maombi yaliyopangwa.
- Uaminifu uliofungwa.
- Futa kazi.

Huwezi kufukuza hofu ikiwa unaishi kwa kugawanyika.
Huwezi kusimama imara ikiwa unajadiliana faraghani.
Mamlaka ni kuungana na serikali ya mbinguni.
Na mamlaka hutekelezwa kupitia:

- Maneno.
- Maamuzi.
- Mipaka.
- Uwepo.

Maswali ya Tafakari

1. Je, ninaelewa mamlaka yangu ya kiroho?
2. Ni wapi ninapojifanya mwoga wakati ninapaswa kusimama imara?
3. Je, kuna maelewano yaliyofichwa yanayodhoofisha kujiamini kwangu?
4. Je, ninatumia mamlaka kwa uwajibikaji?
5. Je, maisha yangu ya maombi yanaakisi mtu anayejua msimamo wake?

Jibu kwa uaminifu.

Tamko

Simama na utangaze:

"Ninasimama katika mamlaka ya Kristo.
Ninaendana na serikali ya mbinguni. Sitarudi nyuma.
Sitatumia mamlaka vibaya. Ninatembea kwa kujiamini."

Rudia kwa uthabiti.

Maombi Yaliyopangwa (Dakika 45)

1. Ibada (Dakika 10)

Mheshimu Kristo kama Mfalme.

2. Mpangilio (Dakika 15)

Omba kwa ajili ya moyo safi na uadilifu.

3. Usemi (Dakika 10)

Tangaza Maandiko juu ya maisha yako.

4. Wajibu (Dakika 10)

Omba hekima ili uweze kubeba mamlaka kwa unyenyekevu.

Funga na:

"Ninasimama imara."

Pointi za Kuchukua Hatua

1. Tambua eneo moja ambapo ni lazima utumie mamlaka ya kiroho.
2. Ondoa maelewano yoyote yanayodhoofisha msimamo wako.
3. Zungumza Maandiko kuhusu mazingira yako.
4. Imarisha nidhamu yako ya maombi leo.
5. Tembea kwa ufahamu unaotambua utambulisho wako katika Kristo.

SIKU YA 35

Uvumilivu Zaidi ya Nguvu

Mtangazaji wa Hadithi

Moto ulikuwa mkali.
Maono yalikuwa makali.
Mzozo wa hoteli ulikuwa mkali.
Ufyatuaji risasi ulikuwa mkali.
Uhamisho ulikuwa mkali.
Lakini nguvu ni ya muda mfupi.
Uvumilivu ni wa maisha yote.
Baada ya vyombo vya habari kufifia.
Baada ya wasindikizaji kurudi katika hali ya kawaida. Baada ya tishio kupungua. Baada ya umati kuendelea.
Umebaki na siku za kawaida.
Na siku za kawaida huamua muda mrefu wa kuishi.
Wengi huanza kwa nguvu.
Wachache hubaki thabiti.
Uvumilivu si wa kuigiza.
Ni marudio yenye nidhamu.

Nanga za Maandiko
Agano la Kale
"Na tukimbie kwa uvumilivu katika shindano lililowekwa mbele yetu."
—Waebrania 12:1
Mashindano si mbio za kasi.
(Inaonyesha uvumilivu wa Agano la Kale uliotimizwa katika Kristo.)
Pia:
"Ijapokawia, subiri."
—Habakuki 2:3
Kuchelewa hupima uvumilivu.

Agano Jipya

"Atakayevumilia hadi mwisho ndiye atakayeokoka."
—Mathayo 24:13
Si yule anayeanza kwa sauti kubwa.
Yeye anayevumilia.

Somo

Uvumilivu hujengwa kupitia:

- Sala ya kila siku.
- Utiifu thabiti.
- Kukataa kosa.
- Kulinda moyo wako.
- Kulinda usafi.
- Kuendelea kupandwa.

Kuanguka kiroho mara chache hutokea ghafla.
Inamomonyoka polepole.
Uvumilivu hulinda wito.
Huvumilii kwa hisia.
Unavumilia kwa mdundo.
Huvumilii sifa za umma.
Unavumilia kwa nidhamu ya kibinafsi.
Kama huwezi kuishi kwa uchovu,
huwezi kuishi kwa muda mrefu.

Maswali ya Tafakari

1. Je, natafuta nguvu zaidi kuliko utulivu?
2. Ninawezaje kujibu msisimko unapopungua?
3. Ni taaluma gani zinazolinda matembezi yangu ya muda mrefu?
4. Je, ninajenga tabia zinazoweza kudumu kwa miaka 20?
5. Kama mateso yangerudi kesho, je, bado ningesimama?

Jibu kwa undani.

Tamko

Simama na utangaze:

"Nitavumilia.
Sitachoka. Sitateleza.
Nitabaki thabiti.
Imani yangu ni ya muda mrefu."
Rudia polepole.

Maombi Yaliyopangwa (Dakika 45)
1. Ibada (Dakika 10)
Mheshimu Kristo kama mwaminifu.
2. Nguvu (Dakika 15)
Omba nguvu ya kiroho.
3. Ulinzi (Dakika 10)
Omba dhidi ya kuteleza polepole.
4. Kujitolea (Dakika 10)
Kujitolea kwa utii mrefu.
Funga na:
"Nitamaliza vizuri."

Pointi za Kuchukua Hatua

1. Imarisha nidhamu moja ya muda mrefu.
2. Ondoa muundo mmoja unaosababisha uchovu.
3. Pumzika kimakusudi bila kujiondoa kiroho.
4. Soma Waebrania 12 polepole.
5. Panga siku zako 30 zijazo kiroho.

SIKU YA 36

Utakatifu kama Ulinzi

Mtangazaji wa Hadithi

Risasi hazikummaliza.
Tishio halikumzuia.
Upinzani haukumchafua.
Lakini kitu hatari zaidi kingeweza kuharibu kila kitu kimya kimya:
Makubaliano ya kibinafsi.
Hakuna mlinzi anayeweza kukulinda kutokana na dhambi ya siri.
Hakuna uingiliaji kati wa rais unaoweza kudumisha uadilifu.
Hakuna uokoaji wa kimatibabu unaoweza kuponya kuporomoka kwa maadili.
Tishio kubwa zaidi mara chache huwa la nje.
Ni mmomonyoko wa ndani.
Utakatifu si ushikamanifu.
Ni ulinzi wa kiroho.
Dhamiri inapokuwa safi,
mamlaka hubaki imara.
Moyo unapogawanyika,
kujiamini hudhoofika.
Adui alishindwa kupitia vurugu.
Atajaribu ufisadi.

Nanga za Maandiko
Agano la Kale
"Ni nani awezaye kupanda mlimani mwa BWANA? … Yeye aliye na mikono safi na moyo safi."
— Zaburi 24:3–4
Ufikiaji unahitaji usafi.

Agano Jipya
"Fuateni ... utakatifu, ambao bila huo hakuna mtu atakayemwona Bwana."
— Waebrania 12:14
Utakatifu si jambo la hiari.

Somo
Utakatifu hulinda kwa njia tatu:

1. Inahifadhi mamlaka.
2. Inalinda uaminifu.
3. Inahakikisha athari za kizazi.

Mateso yanaweza kukuinua.
Dhambi itakufanya usiwe na sifa.
Hadithi zenye kusikitisha zaidi si zile zilizoshambuliwa.
Ni wale waliohifadhiwa — lakini baadaye waliathirika.
Utakatifu si kuhusu hofu.
Ni kuhusu mpangilio.
Inalinda:

- Ndoa yako.
- Huduma yako.
- Watoto wako.
- Ushawishi wako.
- Amani yako.

Utakatifu ni uangalifu wa kila siku.
Sio nguvu ya mara kwa mara.

Maswali ya Tafakari

1. Je, kuna maelewano yoyote yaliyofichwa maishani mwangu?
2. Ni mtindo gani wa kibinafsi unaoweza kudhoofisha mamlaka yangu?
3. Je, kufichuliwa kunaweza kuharibu uaminifu wangu?
4. Je, ninautendea utakatifu kwa njia isiyo ya kawaida?
5. Ni mipaka gani ninayopaswa kuimarisha?

Jibu bila utendaji.

Tamko
Simama na utangaze:
"Ninafuata utakatifu.
Maisha yangu ya faragha yatabaki safi. Ninalinda moyo wangu. Ninakataa maelewano ya siri. Utakatifu hulinda kazi yangu."
Rudia polepole.

Maombi Yaliyopangwa (Dakika 45)
1. Ibada (Dakika 10)
Mheshimu Mungu kama mtakatifu.
2. Uchunguzi (Dakika 15)
Omba kufichuliwa kwa maelewano yaliyofichwa.
3. Toba (Dakika 10)
Ungama haswa.
4. Ulinzi (Dakika 10)
Omba nguvu ili kulinda maisha yako.
Funga na:
"Linda moyo wangu."

Pointi za Kuchukua Hatua

1. Ondoa ushawishi mmoja unaoathiri leo.
2. Imarisha uwajibikaji.
3. Linda maisha yako ya mawazo kwa makusudi.
4. Soma Zaburi ya 24 polepole.
5. Fanya mpaka mmoja usiweze kujadiliwa.

SIKU YA 37

Kile Uvumilivu Wako Hujenga

Mtangazaji wa Hadithi

Hadithi si kuhusu kuishi tu.
Ni kuhusu kile kilichojengwa baada ya kuishi.
Wizara iliendelea.
Kanisa limeanzishwa.
Jamii zilizoathiriwa.
El- Buba Outreach Ministries International (EBOMI) inasimama kama mwendelezo uliopangwa.
Familia bado hula pamoja — imegawanywa na dini lakini si kwa chuki.
Jamaa wa Kiislamu na Wakristo wakiwa mezani.
Huduma kwa jamii ambapo wanufaika wengi hubaki Waislamu.
Shule.
Usaidizi wa kilimo. Kuwatunza maskini na wasiojiweza.
Wengi si Wakristo.
Uvumilivu hujenga madaraja.
Utakatifu hulinda uaminifu.
Uthabiti huleta uaminifu.
Athari ya kizazi inahitaji utulivu.
Hujengi urithi kupitia nguvu.
Unaijenga kupitia uvumilivu.

Nanga za Maandiko
Agano la Kale
"Kizazi kimoja kitasifu kazi zako kwa kizazi kingine."
- Zaburi 145:4
Imani lazima ieneze.
Agano Jipya

"Mambo uliyoyasikia kwangu… yakabidhi kwa watu waaminifu watakaoweza kuwafundisha wengine pia."
— 2 Timotheo 2:2
Vizazi vinne katika mstari mmoja.

Somo

Uvumilivu wako si wako tu.
Inajenga:

- Utulivu kwa watoto wako.
- Iamini jamii yako.
- Uaminifu katika mazingira yaliyogawanyika.
- Majukwaa ya ushawishi.

Ukianguka kimaadili,
kizazi kijacho kitalipa.
Ukivumilia kwa uaminifu,
kizazi kijacho kinaimarika zaidi.
Utakatifu hudumisha urithi.
Uvumilivu huongeza ushawishi.
Maisha yako hayajatengwa.
Ni ya kizazi.

Maswali ya Tafakari

1. Watoto wangu watarithi nini kutokana na matembezi yangu?
2. Ni aina gani ya mfumo wa kiroho ninaoujenga?
3. Je, uvumilivu wangu unawaimarisha wengine?
4. Kama ningeacha leo, ni urithi gani uliobaki?
5. Nani anajifunza kutokana na msimamo wangu?

Jibu kwa uzito.

Tamko

Simama na utangaze:
"Maisha yangu yatajenga nguvu ya kizazi.
Sitaanguka. Nitavumilia kwa uaminifu. Utiifu wangu utadumu zaidi yangu."
Rudia kwa uthabiti.

Maombi Yaliyopangwa (Dakika 45)
1. Shukrani (Dakika 10)
Mshukuru Mungu kwa ushawishi wa maisha yako.
2. Maono (Dakika 15)
Ombea uthabiti wa kizazi kijacho.
3. Ulinzi (Dakika 10)
Mwombe Mungu alinde urithi wako.
4. Kamisheni (Dakika 10)
Jitolee kumaliza vizuri.

Funga na:
"Utiifu wangu utaongezeka."

SIKU YA 38

Utiifu Usiofichwa katika Mifumo ya Umma

Mtangazaji wa Hadithi

Baada ya kujisalimisha.
Baada ya mateso. Baada ya kuokoka.
Hakutoweka katika upweke.
Hakujiondoa kabisa kutoka katika nafasi za Waislamu.
Familia ilibaki imegawanyika kidini —
lakini haikutengana kimahusiano.
Bado wanakula pamoja.
Mama aliwahi kuhudumu katika nyumba hiyo hiyo kabla ya zamu kamili.
Kaka alibadili dini akiwa bado ameingia. Uanafunzi ulitokea ndani ya mifumo.
Hata leo:
Kupitia juhudi za kufikia na kuanzishwa,
wengi wa wanufaika wanaohudumiwa ni Waislamu.
Shule.
Ardhi ya kilimo. Msaada kwa maskini.
Huduma haina masharti ya ubadilishaji.
Utiifu ulibadilika.
Uwepo ulibaki.
Huu ni ukomavu wa kimkakati.

Nanga za Maandiko

Agano la Kale

"Na ikawa, Naamani aliporudi... akasema... katika jambo hili BWANA na amsamehe mtumishi wako: bwana wangu akiingia katika hekalu la Rimoni ... nami nikiinama."

— 2 Wafalme 5:18

Utii wa Naamani ulibadilika.

Mazingira yake hayakubadilika mara moja.

Pia:

"Daudi alikaa pamoja na Akishi mfalme wa Gathi."

— 1 Samweli 27:3

Mtu wa agano.

Eneo la kigeni.

Agano Jipya

"Basi palikuwa na mtu mmoja wa Mafarisayo, jina lake Nikodemo ..."

— Yohana 3:1

Uaminifu uliofichwa.

Wakati wa kimkakati.

Na:

"Yosefu wa Arimathea... mwanafunzi wa Yesu, lakini kwa siri kwa sababu ya kuwaogopa Wayahudi."

— Yohana 19:38

Kufichwa haimaanishi kutokuwa na imani.

Somo

Sio utii wote unaotolewa kwa sauti kubwa.

Sio utii wote unahitaji kuondolewa mara moja.

Baadhi ya kazi zinahitaji:

- Uwepo wa kimkakati.
- Muendelezo wa uhusiano.
- Akili ya kihisia.
- Uvumilivu.

Ikiwa kila mtu aliyebadili dini angeacha mazingira mara moja, daraja lingeanguka.

Ufuasi uliofichwa si maelewano —

ikiwa utii umekamilika ndani.

Hatari ni uaminifu uliogawanyika.

Lakini utii uliowekwa unaweza kuwepo ndani ya mifumo tata.
Hii inahitaji ukomavu.
Sio ukosefu wa usalama.

Maswali ya Tafakari

1. Je, nimeitwa kujiondoa — au kubaki kimkakati?
2. Je, uwepo wangu katika mazingira fulani unaathiri au unaathiri mgawo wangu?
3. Je, ninajua tofauti kati ya hofu na hekima?
4. Ninaweza kushawishi wapi bila kutangaza?
5. Je, uaminifu wangu umekamilika ndani ya moyo wangu?

Jibu kwa makini.

Tamko

Simama na utangaze:
"Utii wangu umetulia.
Uwepo wangu utakuwa wa kimkakati. Sitalegeza msimamo.
Nitashawishi kwa busara. Nitabaki pale ambapo jukumu linahitaji."
Rudia polepole.

Maombi Yaliyopangwa (Dakika 45)

1. Ibada (Dakika 10)

Mheshimu Mungu kama Mwenye Enzi Kuu katika mazingira yote.

2. Utambuzi (Dakika 15)

Uliza ufafanuzi wa mahali pa kubaki na wapi pa kujiondoa.

3. Uadilifu (Dakika 10)

Omba uaminifu uliotulia ndani ya mifumo ya umma.

4. Kamisheni (Dakika 10)

Jitoe kwa ajili ya nafasi ya kimkakati.
Funga na:
"Niweke kwa busara."

Pointi za Kuchukua Hatua

1. Tambua mazingira ambapo lazima uwe chumvi na mwanga.
2. Ondoa mazingira yoyote yanayosababisha maelewano.
3. Imarisha imani ya ndani kabla ya ushawishi wa umma.
4. Jifunze Naamani na Nikodemo kwa makini.
5. Omba hekima katika miktadha iliyogawanyika.

Sasa tuko ukingoni.
Siku ya 39 itafunga agano kikamilifu.
Siku ya 40 itatumika.

SIKU YA 39

Agano la Utiifu

Mtangazaji wa Hadithi

Alivuka kutoka imani ya kurithi hadi imani teule.
Alikabiliwa na moto.
Alikabiliwa na risasi.
Alikabiliwa na kukata tamaa.
Alikabiliwa na kishawishi cha kurudi.
Alikabiliwa — "Tumepita kiasi."
Aliagizwa — "Una kazi."
Alijenga upya nidhamu.
Alisimama chini ya ulinzi.
Alibaki katika nafasi zilizogawanyika.
Sasa kilichobaki ni hiki:
Agano.
Sio hisia.
Sio uzoefu.
Makubaliano.
Katika Maandiko yote, wanadamu walipotembea kwa undani na Mungu, walitia muhuri agano.
Yoshua alitangaza.
Daudi aliilinda.
Danieli aliilinda.
Paulo alimaliza chini yake.
Agano linafunga mazungumzo.

Nanga za Maandiko
Agano la Kale
"Ndipo Yoshua akafanya agano na watu siku hiyo…"
— Yoshua 24:25
Uamuzi unakuwa wa lazima.
Pia:
"Basi jueni ya kuwa Bwana, Mungu wenu, ndiye Mungu, Mungu mwaminifu ashikaye agano ..."
- Kumbukumbu la Torati 7:9
Mungu anaheshimu agano.

Agano Jipya
"Kikombe hiki ni agano jipya katika damu yangu ..."
— Luka 22:20
Utii uliotiwa muhuri na dhabihu.
Na:
"Nimepigana vita vizuri, nimemaliza mbio, nimeilinda imani."
- 2 Timotheo 4:7
Agano limedumishwa hadi mwisho.

Somo
Agano si shauku.
Ni nia ya kufungamana.
Inajibu maswali manne:

1. Mimi ni wa nani?
2. Ninakataa nini?
3. Nifanye nini?
4. Ni nini ambacho sitawahi kujadili tena?

Bila agano, nidhamu hupotea.
Bila agano, uvumilivu hudhoofika.
Bila agano, utakatifu hujadiliana.
Agano hurekebisha utambulisho.
Hii si kuhusu utendaji.
Inahusu utii uliowekwa.
Wewe ni:
Mara kwa mara hujitolea
au kuunganishwa kwa agano .

Agano linanusurika dhoruba.

Taarifa ya Agano

Utaandika haya kwa maneno yako mwenyewe.
Lakini hapa kuna mfumo:
"Mimi ni wa Yesu Kristo kikamilifu.
Utii wangu ni wa kipekee. Ninakataa uaminifu uliogawanyika. Ninakataa maelewano yaliyofichwa. Ninakubali kazi yangu. Ninajitolea kwa kujitolea kwa nidhamu. Ninajitolea kwa utakatifu. Ninajitolea kwa uvumilivu. Sitarudi kwenye mifumo ya zamani. Ninaweka muhuri agano hili mbele za Mungu."
Iandike.
Saini.
Weka tarehe.
Itunze.

Maswali ya Tafakari

1. Je, imani yangu ni ya agano au ya kihisia?
2. Ni nini ambacho nimeacha bila kufafanua katika ahadi yangu?
3. Ni eneo gani bado linajadiliana chini ya shinikizo?
4. Je, ninaelewa kwamba agano lina uwajibikaji?
5. Kama agano hili lingejaribiwa hadharani, je, lingedumu?

Jibu kwa busara.

Maombi Yaliyopangwa (Dakika 60 Leo)

1. Ibada (Dakika 15)

Mheshimu Mungu kama mtu anayeshika agano.

2. Uchunguzi (Dakika 15)

Omba ufafanuzi katika kila eneo la maisha.

3. Tamko (Dakika 15)

Soma agano lako kwa sauti polepole.

4. Kufunga (Dakika 15)

Mwombe Roho Mtakatifu aimarishe azimio.
Funga na:
"Agano langu linasimama."

Pointi za Kuchukua Hatua

1. Andika na utie sahihi agano lako leo.
2. Ondoa maelewano moja mara moja.
3. Shiriki agano lako na mwamini mmoja unayemwamini.
4. Anzisha mapitio ya kila mwezi ya agano hili.
5. Soma Yoshua 24 na Luka 22 polepole.

Sasa tuko kwenye kizingiti cha mwisho.
Siku ya 40 haitakuwa tafakari.
Itakuwa ikianza kutumika.
Itakusanya:

- Moto
- Uhifadhi
- Kazi
- Nidhamu
- Uvumilivu
- Utakatifu
- Agano

Na kukuachilia mbele.

SIKU YA 40

Imeagizwa Chini ya Moto

Fremu ya Hadithi

Baba mmoja aliinua upanga.
Mama mmoja alisali ndani ya nyumba hiyo hiyo.
Ndugu mmoja alishambuliwa na kuokolewa.
Mwana aliona moto kutoka mbinguni ukimgonga mshauri wake.
Aliona kuzimu.
Aliona mbingu — mji mzuri.
Alinusurika kupigwa risasi.
Metal aligonga kichwa chake.
Damu ilitoka.
Alidhaniwa amekufa.
Aliokolewa.
Wasindikizaji walimlinda.
Rais alipanga uokoaji wa kimatibabu.
Alichunguzwa — hakuna uharibifu.
Karibu arudi.
Alikabiliwa — "Tumeenda mbali sana."
Aliagizwa — "Una kazi."
Alijenga nidhamu.
Alikataa unafiki.
Alivumilia.
Alibaki mtakatifu.
Alitia muhuri agano.
Sasa kilichobaki ni hiki:
Wewe.

Nanga za Maandiko
Agano la Kale
"Mimi hapa. Nitume mimi."
— Isaya 6:8
Kukutana lazima kuongoze kwenye kutuma.
Agano Jipya
"Kama Baba alivyonituma mimi, nami nawatuma ninyi."
— Yohana 20:21
Uhifadhi unakuwa dhamira.

Somo la Mwisho
Safari hii ya siku 40 haikuwa ya kupongezwa.
Ilikuwa kuhusu mabadiliko.
Sio kuhusu usimulizi wa hadithi.
Lakini kuhusu mpangilio.
Moto ulikuwa halisi.
Mateso yalikuwa halisi.
Jaribu lilikuwa halisi.
Uhifadhi ulikuwa halisi.
Lakini ukweli mkubwa zaidi ni huu:
Mungu husogeza mbingu na dunia kwa ajili ya maisha ya mtu aliyejisalimisha.
Kama umepitia siku hizi 40 kimakusudi:
Wewe si sawa.
Sasa unaelewa:

- Utiifu ni jambo zito.
- Utakatifu hulinda.
- Nidhamu hudumisha.
- Uvumilivu ni muhimu.
- Mihuri ya agano.
- Kazi inahitaji hatua.

Huwezi kumaliza safari hii na kubaki bila utaratibu.
Tume si ya hiari.
Ni matokeo ya asili ya kujisalimisha.

Taarifa ya Tume
Simama.
Sema hivi polepole:
"Nimeagizwa chini ya moto.
Nitaishi kwa nidhamu. Nitatembea katika utakatifu. Nitavumilia kwa uaminifu. Nitainua kiwango. Nitashawishi kimkakati. Sitarudi. Utii wangu umetiwa muhuri. Kazi yangu ni hai. Nitume."
Sitisha.
Sema tena.

Tafakari Kabla ya Kutolewa

1. Ni nini kimebadilika ndani yangu siku hizi 40?
2. Ni nidhamu gani ambayo haipaswi kujadiliwa?
3. Ni jukumu gani ambalo ninapaswa kulifuata mara moja?
4. Ninapaswa kushawishi mazingira gani?
5. Kama mateso yangerudi, je, ningesimama?

Andika majibu yako.

Sala ya Mwisho Iliyopangwa (Dakika 60)
1. Ibada (Dakika 15)
Mheshimu Kristo kama Bwana wa maisha yako.
2. Shukrani (Dakika 10)
Mshukuru kwa kuhifadhi.
3. Kujiweka Wakfu (Dakika 15)
Toa mwili wako, muda, rasilimali.
4. Maombezi (Dakika 10)
Omba mtu mmoja akutane na Kristo.
5. Agizo (Dakika 10)
Kubali kazi yako kwa maneno.
Funga na:
"Ninasonga mbele."

Hatua za Mwisho za Kuchukua Hatua

1. Dumisha muundo wa kila siku wa dakika 60.
2. Pitia agano lako kila mwezi.
3. Linda utakatifu.
4. Jenga wengine.
5. Endelea kuwajibika.
6. Kuteleza kwa takataka.
7. Maliza vizuri.

Ada ya Kufunga

Huhitaji moto kutoka mbinguni.
Huhitaji risasi ili kuthibitisha wito.
Huna haja ya kusindikiza ili kuthibitisha kazi.
Unahitaji:
Utii uliowekwa.
Nidhamu iliyopangwa. Utakatifu endelevu. Uvumilivu usioyumba.
Mbingu hufurahi juu ya mmoja.
Kuwa hivyo.
Mbele pekee.

UKURASA WA KUFUNGA

Shtaka la Mwisho kwa Msomaji

Umetembea kupitia moto.
Umeona:
Hasira ya baba.
Maombezi ya kimya kimya ya mama. Ndugu karibu aanguke. Mshauri aliyeathiriwa na kuingiliwa na mbinguni. Maono ya kuzimu. Mtazamo wa jiji la dhahabu la mbinguni. Risasi. Damu. Uhifadhi. Wasindikizaji. Tume. Nidhamu. Utakatifu. Agano.
Lakini kitabu hiki hakikuwahi kumhusu mtu mmoja.
Ilikuwa kuhusu utii.
Ilikuwa kuhusu kile kinachotokea wakati ukweli unapoingilia mila.
Ilikuwa kuhusu kile kinachosalia wakati moto unapoanguka.
Ilikuwa kuhusu kile kinachobaki wakati wa minong'ono ya kurudi nyuma.
Kama umefika hapa, wewe si mtazamaji tena.
Unawajibika kwa kile unachokijua sasa.
Mbingu husogea kwa ajili ya moja.
Kuwa hivyo.
Usipendeze ujasiri.
Jenga.
Usisome nidhamu.
Fanya mazoezi.
Usisherehekee utakatifu.
Ifuatilie.
Usijadili agano.
Ifunge.
Hujaitwa kuishi maisha ya kawaida.
Umeitwa kuishi kwa uangalifu.
Mbele pekee.

WITO WA KUCHUKUA HATUA

Ushirikiano kwa Ajili ya Mavuno

Unapofunga kitabu hiki, tunakualika uendelee na safari hatua moja zaidi—sio tu katika maisha yako mwenyewe, bali katika maisha ya roho nyingi zisizohesabika kote katika mataifa. Ikiwa jumbe kutoka kwa God's Eagle Ministries (GEM) zimeimarisha, kuamsha, au kurekebisha moyo wako, tunakuomba kwa unyenyekevu ufikirie kwa maombi **kushirikiana nasi kwa ajili ya mavuno** . Ulimwengu una njaa ya ukweli, tumaini, na sauti ya upole lakini isiyo na shaka ya Roho Mtakatifu, na pamoja tunaweza kuweka jumbe hizi mahali zinapohitajika zaidi.
Tunaamini vyombo vya habari ni zaidi ya teknolojia—ni **wavu wa kiroho** uliotupwa ndani kabisa ya mataifa, vijiji, miji, na sehemu zilizofichwa. Kupitia filamu, video, redio, na huduma ya kidijitali, GEM inawafikia watu ambao huenda wasiingie kanisani, lakini mioyo yao iko wazi kukutana na Kristo aliye hai.

Ushirikiano wako unatusaidia:

1. Tengeneza Maudhui ya Filamu na Video Yaliyojaa Roho
Hadithi na mafundisho yanayoponya, kuhamasisha, na kufichua upendo wa Yesu kwa njia zilizo wazi, zinazoweza kueleweka, na zinazobadilisha maisha.

2. Tangaza Injili kwenye Redio
Kupeleka Neno la Mungu magerezani, hospitalini, katika jamii za vijijini, na sehemu zilizo mbali zaidi ya intaneti—ambapo matumaini ni machache na ukweli ni wa thamani.

3. Panua Kampeni Zetu za Kufundisha na Kufunza Mitandao ya Kijamii
Ibada za kila siku, maombi, na mafundisho yanayowaimarisha waumini, kurejesha familia, na kuwaandaa wanafunzi duniani kote.

Kwa Nini Usaidizi Wako Ni Muhimu

Kila ujumbe unaotolewa unakuwa mbegu ya nuru.
Kila fundisho linakuwa kijito cha mabadiliko. Kila tendo la ukarimu linakuwa sehemu ya mavuno ya Mungu duniani kote. Utoaji wako husaidia huduma hii kufikia roho ambazo huenda tusikutane nazo duniani, lakini hakika tutakutana nazo milele. Hakuna kiasi maalum—toa tu kama Bwana anavyokuongoza. Kila zawadi, kubwa au ndogo, ina jukumu katika kuendeleza Ufalme.

Kwa Mshirika au Kutoa:
PayPal:
https://www.paypal.com/ncp/payment/D6NEFW56KG8LU
Tithe.ly:
https://tithe.ly/give?c=308311

Flutterwave –
https://flutterwave.com/donate/bbkpkokehxlw

Njia Zote za Kutoa:
https://www.otakada.org/partnership-giving
Asante kwa kusimama nasi.
Asante kwa kupanda katika mavuno. Asante kwa kutusaidia kupeleka ujumbe wa Kristo kwa mataifa.
Bwana awabariki sana, awaongeze kwa wingi, na awazidishe kila mbegu mtakayopanda kwa utukufu wake.
Kwa jina kuu la Yesu, Amina.

—Balozi Monday O. Ogbe , Zacharias Godseagle ; Faraja Ladi Mwanzilishi wa Ogbe
, Huduma za God's Eagle (GEM)
www.otakada.org

Jinsi ya Kuzaliwa Mara ya Pili na Kuanza Maisha Mapya na Kristo

Labda umewahi kutembea na Yesu hapo awali, au labda umekutana naye tu katika siku hizi 40. Lakini hivi sasa, kuna kitu ndani yako kinachosisimka.

Uko tayari kwa zaidi ya dini.

Uko tayari kwa **uhusiano** .

Uko tayari kusema, "Yesu, nakuhitaji."

Huu ndio ukweli:

"Kwa maana kila mtu ametenda dhambi; sote tumepungukiwa na kiwango cha utukufu wa Mungu ... lakini Mungu, kwa neema yake, hutufanya tuwe waadilifu kwa uhuru mbele zake."

— Warumi 3:23-24 (NLT)

Huwezi kupata wokovu.

Huwezi kujirekebisha. Lakini Yesu tayari amelipa gharama kamili — na anasubiri kukukaribisha nyumbani.

Jinsi ya Kuzaliwa Mara ya Pili

Kuzaliwa mara ya pili kunamaanisha kusalimisha maisha yako kwa Yesu — kukubali msamaha wake, kuamini kwamba alikufa na kufufuka tena, na kumpokea kama Bwana na Mwokozi wako.

Ni rahisi. Ina nguvu. Inabadilisha kila kitu.

Omba Hili Kwa Sauti:

"Bwana Yesu, naamini Wewe ni Mwana wa Mungu. Ninaamini ulikufa kwa ajili ya dhambi zangu na kufufuka tena. Ninakiri kwamba nimetenda dhambi na ninahitaji msamaha wako. Leo, ninatubu na kugeuka kutoka kwa njia zangu za zamani. Ninakualika katika maisha yangu ili uwe Bwana na Mwokozi wangu. Nioshe safi. Nijaze na Roho wako. Ninatangaza kwamba nimezaliwa mara ya pili, nimesamehewa, na nimeachiliwa. Kuanzia leo na kuendelea, nitakufuata -

nami nitaishi katika nyayo zako. Asante kwa kuniokoa. Kwa jina la Yesu, amina."

Hatua Zinazofuata Baada ya Wokovu

1. **Mwambie Mtu** - Shiriki uamuzi wako na mwamini unayemwamini.
2. **Tafuta Kanisa Linalotegemea Biblia** – Jiunge na jumuiya inayofundisha Neno la Mungu na kuliishi. Tembelea huduma za God's Eagle mtandaoni kupitia https://www.otakada.org au https://chat.whatsapp.com/H67spSun32DDTma8TLh0ov
3. **Batizwa** - Chukua hatua inayofuata kutangaza imani yako hadharani.
4. **Soma Biblia Kila Siku** - Anza na Injili ya Yohana.
5. **Omba Kila Siku** - Zungumza na Mungu kama rafiki na Baba.
6. **Endelea Kuunganishwa** - Jiunge na watu wanaokuhimiza kutembea kwako mpya.
7. **Anza Mchakato wa Ufuasi ndani ya jamii** - Jenga uhusiano wa mtu mmoja na Yesu Kristo kupitia viungo hivi

Ufuasi wa siku 40 1 - https://www.otakada.org/get-free-40-days-online-discipleship-course-in-a-journey-with-jesus/

40 Ufuasi 2 - https://www.otakada.org/get-free-40-days-dna-of-discipleship-journey-with-jesus-series-2/

Wakati Wangu wa Wokovu
Tarehe : ______________________________

Saini : ____________________
"Mtu akiwa ndani ya Kristo, amekuwa kiumbe kipya; ya kale yamepita, mapya yamekuja!"
— 2 Wakorintho 5:17

Cheti cha Maisha Mapya katika Kristo

Tamko la Wokovu - Kuzaliwa Mara ya Pili kwa Neema
Hii inathibitisha kwamba

____

(Jina Kamili)
ametangaza hadharani **imani katika Yesu Kristo**
kama Bwana na Mwokozi na amepokea zawadi ya bure ya wokovu kupitia kifo na ufufuo wake.
"Ukikiri waziwazi kwamba Yesu ni Bwana na kuamini moyoni mwako kwamba Mungu alimfufua kutoka kwa wafu, utaokoka."
— Warumi 10:9 (NLT)
Siku hii, mbingu hufurahi na safari mpya huanza.
Tarehe ya Uamuzi : ____________________________

Saini : ___________________________________

Tamko la Wokovu
"Leo, najisalimisha maisha yangu kwa Yesu Kristo.
Ninaamini alikufa kwa ajili ya dhambi zangu na kufufuka tena.
Ninampokea kama Bwana na Mwokozi wangu.
Nimesamehewa, nimezaliwa mara ya pili, na kufanywa mpya.
Kuanzia wakati huu na kuendelea, nitatembea katika hatua zake."
Karibu katika Familia ya Mungu!
Jina lako limeandikwa katika Kitabu cha Uzima cha Mwanakondoo.
Hadithi yako inaanza tu — na ni ya milele.

UNGANA NA HUDUMA ZA MUNGU ZA EAGLE

- Tovuti: www.otakada.org
- Mfululizo wa Utajiri Zaidi ya Wasiwasi: www.wealthbeyondworryseries.com
- Barua pepe: ambassador@otakada.org

- **Unga mkono kazi hii:**

Saidia miradi ya ufalme, misheni, na rasilimali za kimataifa za bure kupitia utoaji unaoongozwa na agano.

Changanua Msimbo wa QR ili Utoe

https://tithe.ly/give?c=308311

Ukarimu wako unatusaidia kufikia roho zaidi, kutafsiri rasilimali, kuwasaidia wamisionari, na kujenga mifumo ya uanafunzi duniani kote. Asante!

Wasifu wa Mwandishi

Kuhusu Mwandishi - Nabii Dr. Isa El- Buba Sadiq

Nabii Dk. Isa El- Buba Sadiq ndiye mwanzilishi na kiongozi wa Evangelical Biblical Outreach Ministries International (EBOMI), yenye makao yake makuu huko Jos, Jimbo la Plateau, Nigeria.
Mara tu alipofunzwa kwa undani katika malezi ya Kiislamu ya kijeshi, maisha yake yalibadilika sana kufuatia mikutano mitakatifu ambayo ilielekeza utii wake na misheni yake.
Leo, kupitia EBOMI (www.ebomi.org), anawahamasisha na kuwaandaa waumini kutembea katika ibada yenye nidhamu, utakatifu, na wajibu wa kinabii kama walinzi katika kizazi chao.
Athari ya huduma inaenea zaidi ya kuta za kanisa. Kupitia mipango ya uhamasishaji, programu za elimu, uwezeshaji wa kilimo, na kuwatunza maskini na wasiojiweza — ambao wengi wao hubaki Waislamu — kazi hiyo inaonyesha huduma inayotokana na imani bila uadui.
Licha ya mateso, majaribio ya mauaji, na vitisho, anaendelea kuinua viwango vya kiroho huku akijenga madaraja katika jamii zilizogawanyika — ikiwa ni pamoja na ndani ya familia yake kubwa.
Anaendelea kujitolea kurejesha alama muhimu za kale, kuimarisha walinzi, na kuwaita waumini kwenye Ukristo wenye nidhamu katika enzi iliyoathiriwa.

Kwa Wale Wanaotaka Kushiriki

Makao Makuu ya Huduma za Kiinjili za Ufikiaji wa Biblia Kimataifa (EBOMI)
: Nambari 1 Mtaa wa Kashim Ibrahim, Jos, Jimbo la Plateau, Nigeria
Barua pepe: emiglobal@gmail.comSimu: 08082538837

Kutoa maelezo na njia za ushiriki zinapatikana hadharani kupitia tovuti rasmi ya wizara.
Tume inajieleza hadharani kama:
"Huduma yenye msimamo mkali, ya kinabii, na yenye mamlaka iliyojitolea kueneza Injili na kubadilisha maisha."

Zakaria Godseagle

Mwandishi • Mwalimu • Kiongozi Mwenye Maono
Zacharias Godseagle ni mwalimu mwenye shauku wa Neno na sauti ya utambuzi kwa Mwili wa Kristo. Akiwa amebeba neema ya kipekee ya ufahamu wa kiroho, Zakaria anahudumu kwa uwazi, kina cha unabii, na hamu inayowaka moyoni ya kuwaona waumini wakitembea katika usafi, uchaji wa Mungu, na kujisalimisha kwa kweli kwa Kristo.
Kama mfanyakazi mwenza katika kazi ya God's Eagle Ministries (GEM), ana jukumu muhimu katika kuunda maudhui ya ufuasi, mwangaza wa maandiko, na ufikiaji unaotegemea vyombo vya habari unaogusa maisha katika mipaka ya kidijitali na kimwili. Maandishi yake yanazingatia mabadiliko ya ndani, utii, na urejesho wa Kristo kwenye kiti cha enzi cha moyo wa mwamini.
Zakaria anaongozwa na imani rahisi: **moyo unapopangiliwa, hatima hupangiliwa.**
Anaendelea kuwafikia hadhira duniani kote kupitia ufundishaji, ushauri, na miradi ya ubunifu iliyojaa Roho.

Balozi Jumatatu O. Ogbe

Mwandishi • Mjumbe wa Mawasiliano wa Kimisionari • Mwanzilishi, Huduma za God's Eagle (GEM)
Balozi Jumatatu Oreojo Ogwuojo Ogbe ndiye mwanzilishi wa **God's Eagle Ministries (GEM)** — misheni ya kimataifa yenye jukumu la "kuwaunganisha watu na Mungu kupitia

Neno Lake." Akijulikana kwa shauku yake kubwa ya ukweli, usimulizi wa hadithi za kihisia, na mafundisho ya kinabii, anahudumu katika mataifa yote kupitia uandishi, utangazaji wa podikasti, utengenezaji wa filamu, uinjilisti wa kidijitali, na ufuasi.
Akiwa na uzoefu katika uongozi, vyombo vya habari, na misheni, Balozi Monday ana upako wa kitamaduni unaoanzia Afrika hadi Asia, Amerika, Ulaya, na Mashariki ya Kati. Mafundisho yake yanakabiliana na vita vilivyofichwa vya moyo wa mwamini—tamaa, mapambano ya utambulisho, kuridhika kiroho, na mmomonyoko mdogo wa urafiki na Mungu.
Yeye ndiye mwandishi wa ibada nyingi, mfululizo wa vitabu, na mafundisho ya media titika ambayo huwafikia mamilioni kupitia otakada.org na majukwaa ya kidijitali ya GEM.
Ujumbe wake wa maisha ni rahisi lakini wa kina:
"Kristo anapoketi katikati, kila kitu kingine kinachukua nafasi yake sahihi."

Faraja Ladi Ogbe

Mwandishi • Mwombezi • Mfanyakazi Mwenza katika Huduma
Faraja Ladi Ogbe ni mwandishi, mwombezi, na mfanyakazi mwenza katika kazi ya Ufalme ya God's Eagle Ministries. Akiwa na kipawa cha huruma, utambuzi, na roho ya malezi, huleta kina cha kihisia na msingi wa kiroho kwa kila mradi anaogusa.
Michango yake—mara nyingi nyuma ya pazia—hubeba harufu ya unyenyekevu, hekima, na uponyaji. Huwafariji wahudumu kupitia ushauri nasaha, maombi, ufuasi, na ushirikiano wa ubunifu, hasa katika kazi zinazosisitiza urejesho wa familia, ukomavu wa kiroho, na mabadiliko ya moyo.

Kama mwandishi, anaandika kutoka mahali pa uzoefu wa maisha na imani ya kiroho, akiwapa wasomaji uwazi, faraja, na kutia moyo kufuata ukamilifu katika Kristo.
Faraja imejitolea kuwasaidia waumini kumwona Mungu si tu katika maarifa, bali pia katika maisha ya kila siku—ambapo moyo hujifunza kumwamini, kujisalimisha, na kustawi.

Ukurasa wa Mwandishi:
https://www.amazon.com/stores/Zacharias-Godseagle/author/B0FCZ89D4K

KIAMBATISHO

Kiambatisho A

Mfano wa Maombi ya Kimkakati ya Dakika 60

Mfano huu lazima ufanyike kila siku — si mara kwa mara.

Dakika 30 — Ibada

Zingatia tu Mungu ni nani:

- Utakatifu wake
- Ukuu wake
- Rehema yake
- Haki yake
- Mamlaka yake
- Uaminifu wake

Hakuna maombi.
Hakuna maombi. Heshima tu.

Dakika 10 — Tangaza Ukuu Wake

Tangaza kwa maneno:

- Mungu anatawala maisha yangu.
- Mungu anatawala familia yangu.
- Mungu ndiye anayetawala wito wangu.
- Mungu anatawala mazingira yangu.
- Mungu anatawala taifa langu.

Mamlaka huimarishwa kupitia tamko.

Dakika 10 — Toba

Chunguza:

- Mtazamo
- Hotuba
- Nia
- Maelewano yaliyofichwa
- Uvivu wa kiroho

Ungama haswa.

Dakika 10 — Amri Zilizopangwa na Ufalme

Tangaza mpangilio unaotegemea Maandiko:

- Ninatembea katika utakatifu.
- Ninaishi kwa nidhamu.
- Ninavumilia kwa uaminifu.
- Ninatimiza kazi.
- Ninakataa kurudi nyuma.

Usiamuru tamaa ya ubinafsi.
Linganisha na Maandiko.

Kiambatisho B

Mwongozo wa Kurekebisha Nidhamu wa Siku 7

Kwa siku saba mfululizo:

1. Saa moja isiyokatizwa ya maombi yaliyopangwa kila siku.
2. Soma Injili moja kabisa.
3. Ukaguzi wa uadilifu wa usiku.
4. Hakuna umbea, malalamiko, kutia chumvi.
5. Angalau kufunga mara moja kwa makusudi.
6. Kupungua kwa kelele za kidijitali.
7. Kuingia kwa uwajibikaji kila siku.

Siku saba hurejesha unyeti.

Kiambatisho C

Kiolezo cha Agano la Utii wa Kibinafsi

Andika haya kwa mwandiko wako mwenyewe.

AGANO BINAFSI LA UAMINIFU

Mimi, ____________________________,
natangaza utii wangu kamili na wa kipekee kwa Yesu Kristo.
Ninakataa uaminifu uliogawanyika.
Ninakataa maelewano yaliyofichwa. Ninajitolea kwa utakatifu katika maisha ya faragha na ya hadharani. Ninajitolea kwa maombi yenye nidhamu. Ninajitolea kwa uaminifu unaodumu. Ninakubali kazi yangu takatifu. Ninakataa kurudi nyuma.
Ninatia muhuri agano hili mbele za Mungu.
Saini: ________________________________
Tarehe: ____________________________

BARAKA YA MWISHO YA KICHUNGAJI

Utii wako uwe thabiti.
Nidhamu yako iwe thabiti. Utakatifu wako ulinde mustakabali wako. Uvumilivu wako udumu zaidi ya nguvu zote. Kazi yako itimizwe. Risasi, usaliti, tamaa, unafiki, na minong'ono ya kurudi isikuvute nyuma.
Naomba umalize mbio zako.
Mbingu na ifurahi juu yako.
Mbele pekee.

VITABU NA RASILIMALI ZINAZOPENDEKEZWA

CS Lewis (1898-1963) - Ukristo Tu, Ulioishi Kamili: Kutoka Akili Isiyojali Hadi Maisha Yaliyobadilishwa (Nyaraka Zilizo Hai - Mfululizo wa Ibada wa Siku 40 | Kitabu cha Kitabu cha 2)

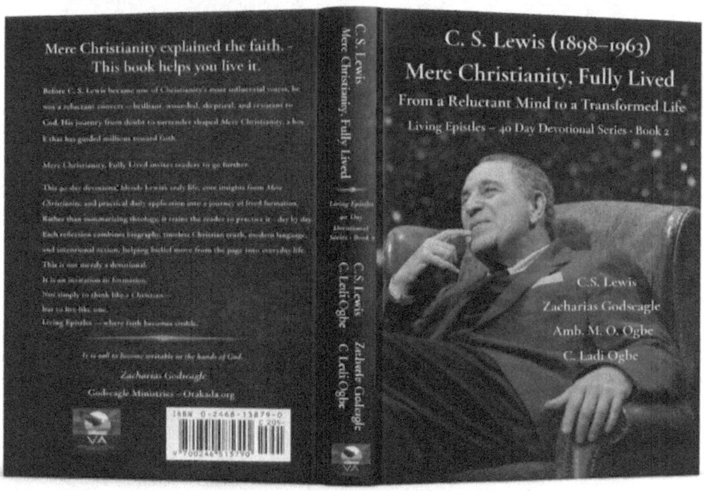

Kitabu pepe

https://www.amazon.com/Lewis-1898-1963-Mere-Christianity-Fully-ebook/dp/B0GKQ27F9N

Karatasi iliyofunikwa
https://www.amazon.com/Lewis-1898-1963-Mere-Christianity-Fully/dp/B0GM8YMXC3

Jalada gumu

https://www.amazon.com/Lewis-1898-1963-Mere-Christianity-Fully/dp/B0GM8WHXJL

MTAKATIFU AUGUSTINE WA KIHIPU (354–430 BK)
Kutoka Moyo Usiotulia Hadi Maisha Yaliyoandikwa - Nyaraka Zilizo Hai – Mfululizo wa Ibada wa Siku 40 - 1

Kitabu pepe cha Amazon -
https://www.amazon.com/ST-AUGUSTINE-HIPPO-354-430-Devotional-ebook/dp/B0GJN8N9XS

Kiungo cha oda ya Amazon Paperback -
https://www.amazon.com/St-Augustine-Hippo-354-430-Devotional/dp/B0GJWTVLR6

cha Ingramspark -
https://shop.ingramspark.com/b/084?params=BZOOW3dj93aGEtBL2Fv1VY8wV1OQvA10dtZRDgk7Z9Z

NICHANGANUE

Upyaji 7
Ponya Moyo wa Nyumba Yako katika Siku 7
Mfululizo wa Upya - Toleo la Umoja wa Familia

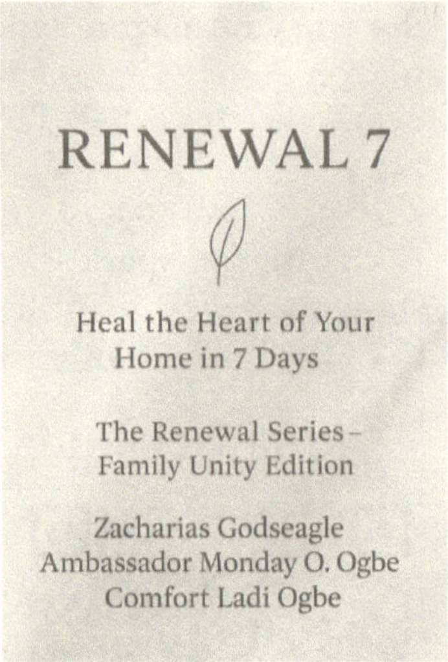

Kiungo cha Kitabu cha Karatasi -
https://shop.ingramspark.com/b/084?params=htyfL002e1JzyEpZWkKtaXWF5FJ1jZFOjgiQKEfcbnw

Kiungo cha Ukurasa wa Amazon Paperback -
https://www.amazon.com/RENEWAL-Heal-Heart-Your-Renewal/dp/B0GD92153W

Kiungo cha Kitabu pepe cha Amazon –

https://www.amazon.com/RENEWAL-Heal-Heart-Your-Renewal-ebook/dp/B0G91BMFND

NICHANGANUE –

Kiungo cha Paperback -
https://shop.ingramspark.com/b/084?params=nSEelv9oUsItOu5akVZlg4ycGbbmvlBOtSiqeOZr5yQ

Kiungo cha nakala ya Amazon -
https://www.amazon.com/RENEWAL-MARRIAGE-Heart-Marriage-Renewal/dp/B0GDC1YZJ7

Kiungo cha Kitabu cha Pepe cha Amazon - https://www.amazon.com/RENEWAL-MARRIAGE-Heart-Marriage-Renewal-ebook/dp/B0G6JXJWJL

Kiti cha Enzi cha moyo - Vita 12 ambavyo lazima tushinde

Kitabu cha kielektroniki cha Amazon - https://www.amazon.com/THRONE-HEART-COVETOUSNESS-Counterfeit-CONTENTMENT-ebook/dp/B0G4SPFRY7

Jalada la Amazon - https://www.amazon.com/THRONE-HEART-COVETOUSNESS-Counterfeit-CONTENTMENT/dp/B0G4TKW1ND

Karatasi iliyorudishwa kutoka Ingramspark -
https://shop.ingramspark.com/b/084?params=a75LJXtvvI63VnzeQPleQTkAJWfu8CPQV6l5Oe31D80

Mahubiri 4 kati ya 1 na Zacharias Godseagle yenye kiungo cha Sauti –

cha Kitabu pepe cha Amazon - https://www.amazon.com/Sermons-Zacharias-Godseagle-Audio-links-ebook/dp/B0G4XCH4TW

Karatasi ya Amazon - https://www.amazon.com/Sermons-Zacharias-Godseagle-Audio-links/dp/B0G4TK4XGT

Kiungo cha cheche cha Ingram chenye karatasi - https://shop.ingramspark.com/b/084?params=nK2JERSkkbhdAOSNseTUNRhaCFqUPZuhB4uYfqrXvGb

MSIMBO WA HIFADHI: Uamsho wa AI

Kitabu pepe - https://www.amazon.com/Logos-Protocol-Awakening-artificial-intelligence-ebook/dp/B0FXNQFSWZ

Karatasi iliyorudishwa - https://www.amazon.com/Logos-Protocol-Awakening-artificial-intelligence/dp/B0FXNGR66D

Karatasi ngumu - https://www.amazon.com/Logos-Protocol-Awakening-artificial-intelligence/dp/B0FZNTQR6Y

Ingramspark ya Karatasi - https://shop.ingramspark.com/b/084?params=QkK4aNYTYO9U5z9uOkdHgc7Ue1eGDLqbb1tz9WRPaSk

Kwa Nini Ukombozi Hushindwa - na Jinsi Moto wa Mungu Unavyorudisha Nafsi: Matamko 40 ya Kila Siku kwa Ukombozi wa Pande Zote

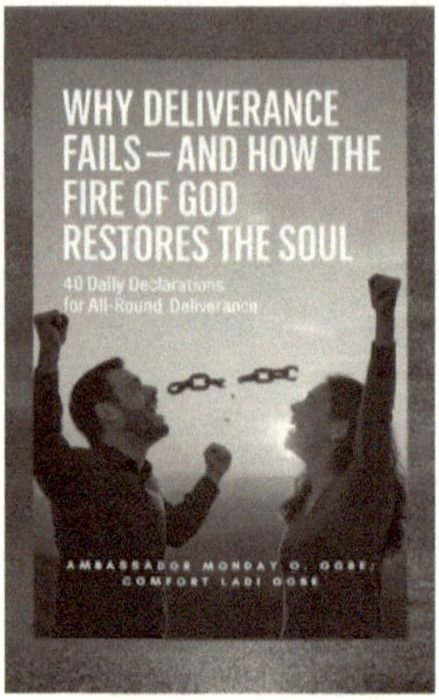

Kitabu pepe - https://www.amazon.com/Why-Deliverance-Fails-Declarations-All-Round-ebook/dp/B0FW74L4G4

Karatasi iliyorudishwa - https://www.amazon.com/Why-Deliverance-Fails-Declarations-All-Round/dp/B0FWB3LXRM

Kuokolewa Lakini Kupotea – Mwongofu Asiyefunzwa – kutafsiriwa katika lugha 25

Karatasi iliyofunikwa
https://shop.ingramspark.com/b/084?params=iYNB6S3PLMfREpm0jMM15bMe3BvWlkjcYyLYnHVGAds
Kitabu pepe - https://www.amazon.com/SAVED-BUT-LOST-UNDISCIPLED-heartbreak-ebook/dp/B0FVJ29DF7

SIKU 7 ZA VITA VYA KIROHO NA KUPONA - hii ni Sehemu ya 1

Kumfunga Adui, Kurudisha Mishale Mara Saba, na Kurejesha Hatima Yako

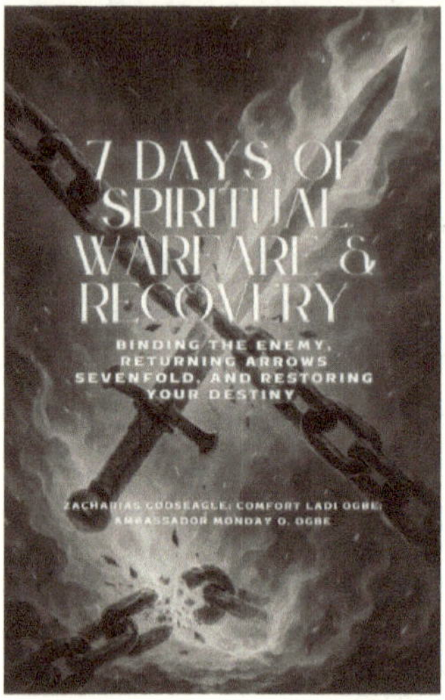

https://shop.ingramspark.com/b/084?params=8mPzq
Ul73Ex7uPyeO7ydyt8EGkkB6u2gX1jZvWU8j1C

Kiungo cha kitabu cha kielektroniki -
https://www.amazon.com/DAYS-SPIRITUAL-WARFARE-RECOVERY-Returning-ebook/dp/B0FMPJM5KZ

SIKU 7 ZA VITA VYA KIROHO NA KUPONA - Sehemu ya 2 - Kufunga Ushindi, Kuvunja Uovu wa Kaya, na Kuhifadhi Hatima Yako Iliyorejeshwa

Karatasi iliyorudishwa -
https://shop.ingramspark.com/b/084?params=LkpNmGSsApHhWhiSO7bW3wFmcXQKIO4ZEBeSbP5rL1S

Kitabu cha kielektroniki -
https://www.amazon.com/DAYS-SPIRITUAL-WARFARE-RECOVERY-Wickedness-ebook/dp/B0FR9YCMY8

KUTOKA GIZANI HADI KUTAWALA: Siku 40 za Kujitenga na Mshiko Uliofichwa wa Giza

–

Ibada ya Kimataifa ya Uelewa, Ukombozi na Nguvu - Kwa Watu Binafsi, Familia, na Mataifa Yaliyo Tayari Kuwa Huru

Karatasi iliyofunikwa

https://shop.ingramspark.com/b/084?params=aVgp21QfwJxNAnkfMxIQ0yejuFCVY12KFr978SRkZUD

Amazon - https://www.amazon.com/DARKNESS-DOMINION-Devotional-Awareness-Deliverance-ebook/dp/B0FLDH2Y67

- *Kuokolewa kutoka kwa Nguvu za Giza* **(Kitabu cha Karatasi)** — Nunua Hapa | Kitabu pepe kwenye Amazon

    - **Mapitio Bora kutoka Marekani:**
        - **Mteja wa Kindle** : "Kitabu Bora Zaidi cha Kikristo Kuwahi Kusomwa!" (Nyota 5)

Yesu asifiwe kwa ushuhuda huu. Nimebarikiwa sana na ningependekeza kila mtu asome kitabu hiki... Kwa maana mshahara wa dhambi ni mauti, lakini karama ya Mungu ni uzima wa milele. Shalom! Shalom!

- **Da Gster** : "Hiki ni kitabu cha kuvutia sana na cha ajabu." (Nyota 5)

Ikiwa yaliyosemwa katika kitabu ni kweli basi tuko nyuma sana katika kile ambacho adui anaweza kufanya! ... Lazima kwa yeyote anayetaka kujifunza kuhusu vita vya kiroho.

- **Visa** : "Napenda kitabu hiki" (nyota 5)

Hii ni njia ya kufungua macho... ungamo la kweli... Hivi majuzi nimekuwa nikiitafuta kila mahali ili kuinunua. Nimefurahi sana kuipata kutoka Amazon.

- **FrankJM** : "Tofauti kabisa" (nyota 4)

Kitabu hiki kinanikumbusha jinsi vita vya kiroho vilivyo halisi. Pia kinanikumbusha sababu ya kuvaa "Silaha Kamili za Mungu."

- **JenJen** : "Kila mtu anayetaka kwenda Mbinguni - soma hii!" (Nyota 5)

Kitabu hiki kilibadilisha maisha yangu sana. Pamoja na ushuhuda wa John Ramirez, kitakufanya uangalie imani yako tofauti. Nimekisoma mara 6!

- *Mshetani wa Zamani: The James Exchange* (Paperback) — Nunua Hapa | Kitabu pepe kwenye Amazon

- ***USHUHUDA WA MWANZO WA ZAMANI WA KISHETANI MWafrika*** - *Mchungaji JONAS LUKUNTU MPALA* (Kitabu cha Karatasi) — Nunua Hapa | Kitabu pepe kwenye Amazon

- *Greater Exploits 14* (Kitabu cha Karatasi) — Nunua Hapa | Kitabu pepe kwenye Amazon

- *Kutoka kwenye Cauldron ya Ibilisi* na John Ramirez — Inapatikana kwenye Amazon
- *Alikuja Kuwaweka Wafungwa Huru* na Rebecca Brown — Tafuta kwenye Amazon

Vitabu vingine vilivyochapishwa na mwandishi - Zaidi ya vitabu 1000

Kupendwa, Kuchaguliwa na Kukamilika : Safari ya Siku 30 kutoka Kukataliwa hadi **Urejesho** iliyotafsiriwa katika lugha 40 za dunia https://www.amazon.com/Loved-Chosen-Whole-Rejection-Restoration-ebook/dp/B0F9VSD8WL

https://shop.ingramspark.com/b/084?params=xga0WR16muFUwCoeMUBHQ6HwYjddLGpugQHb3DVa5hE

Katika Hatua Zake — Changamoto ya Siku 40 ya Vita vya Kwanza vya Dunia:
Kuishi Kama Yesu katika Hadithi za Maisha Halisi Kote Duniani

https://www.amazon.com/His-Steps-Challenge-Real-Life-Stories-ebook/dp/B0FCYTL5MG

https://shop.ingramspark.com/b/084?params=DuNTWS59IbkvSKtGFbCbEFdv3Zg0FaITUEvlK49yLzB

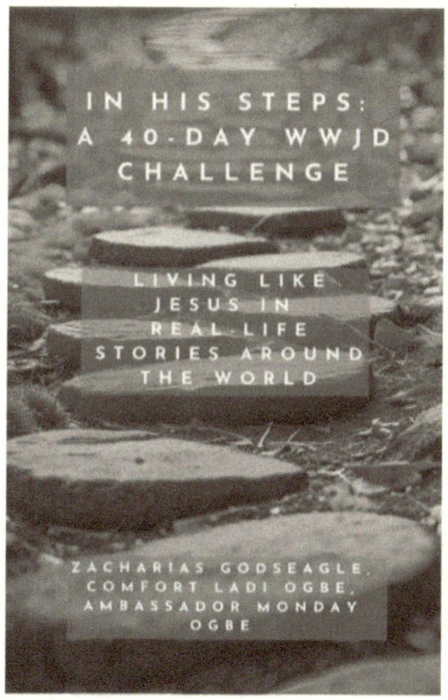

YESU MLANGONI:
Hadithi 40 za Kuvunja Moyo na Onyo la Mwisho la Mbinguni kwa Makanisa ya Leo
https://www.amazon.com/dp/B0FDX31L9F

https://shop.ingramspark.com/b/084?params=TpdA5j8WPvw83glJ12N1B3nf8LQte2a1lIEy32bHcGg

MAISHA YA AGANO: Siku 40 za Kutembea katika Baraka ya Kumbukumbu la Torati 28

- https://www.amazon.com/dp/B0FFJCLDB5

Hadithi kutoka kwa Watu Halisi, Utiifu Halisi, na Halisi

https://shop.ingramspark.com/b/084?params=bH3pzfz1zdCOLpbs7tZYJNYgGcYfU32VMz3J3a4e2Qt

Mabadiliko katika lugha zaidi ya 20

KUMJUA NA KUMJUA:
Siku 40 za Uponyaji, Uelewa, na Upendo wa Kudumu

https://www.amazon.com/KNOWING-HER-HIM-Healing-Understanding-ebook/dp/B0FGC4V3D9

https://shop.ingramspark.com/b/084?params=vC6KCLoI7Nnum24BVmBtSme9i6k59p3oynaZOY4B9Rd

KAMILI, SI KUSHINDANA:

Safari ya Siku 40 kuelekea Kusudi, Umoja, na Ushirikiano

https://shop.ingramspark.com/b/084?params=5E4v1tHgeTqOOuEtfTYUzZDzLyXLee30cqYo0Ov9941

https://www.amazon.com/COMPLETE-NOT-COMPETE-Journey-Collaboration-ebook/dp/B0FGGL1XSQ/

MSIMBO WA AFYA WA KIMUNGU - Funguo 40 za Kila Siku za Kuamsha Uponyaji Kupitia Neno la Mungu na

Uumbaji Kufungua Nguvu ya Uponyaji ya Mimea, Maombi, na Matendo ya Kinabii

https://shop.ingramspark.com/b/084?params=xkZMrYcEHnrJDhe1wuHHWixZDViiArCeJ6PbNMTbTux

https://www.amazon.com/dp/B0FHJT42TK

Vitabu vingine vinaweza kupatikana kwenye ukurasa wa mwandishi https://www.amazon.com/stores/Ambassador-Monday-O.-Ogbe/author/B07MSBPFNX

www.ingramcontent.com/pod-product-compliance
Lightning Source LLC
LaVergne TN
LVHW040422051026
849517LV00002B/432